வெந்து தணிந்த காடுகள்

இந்திரா பார்த்தசாரதி

இயற்பெயர் ஆர். பார்த்தசாரதி. 1964 முதல் சிறுகதை களும் நாவல்களும் கட்டுரைகளும் எழுதி வருபவர். சரஸ்வதி சம்மான், சாகித்ய அகாதமி, பாரதீய பாஷா பரிஷத் விருதுகள் பெற்றவர். இவருடைய படைப்புகள் பல்வேறு மொழிகளில் மொழிபெயர்க்கப்பட்டுள்ளன.

ஆசிரியரின் பிற நூல்கள்

நாவல்

ஆகாசத் தாமரை

மாயமான் வேட்டை

தந்திர பூமி

திரைகளுக்கு அப்பால்

சத்திய சோதனை

குருதிப்புனல்

கிருஷ்ணா கிருஷ்ணா

வேதபுரத்து வியாபாரிகள்

சுதந்தர பூமி

ஹெலிகாப்டர்கள் கீழே இறங்கிவிட்டன

நாடகம்

ஔரங்கசீப்

வெந்து தணிந்த காடுகள்

இந்திரா பார்த்தசாரதி

கிழக்கு

வெந்து தணிந்த காடுகள்
Vendhu Thanindha Kaadugal
Indira Parthasarathy ©

Kizhakku First Edition: April 2007
Previous Editions: 1981, 1989, 1998
176 Pages

ISBN 978-81-8368-355-5
Title No. Kizhakku 222

Kizhakku Pathippagam
177/103, First Floor,
Ambal's Building, Lloyds Road,
Royapettah, Chennai 600 014.
Ph: +91-44-4200-9603

Email : support@nhm.in
Website : www.nhm.in

Author's Email : nadaadur2k@yahoo.com

Kizhakku Pathippagam is an imprint of New Horizon Media Private Limited

வாத்சாயனர் பெண்களை வகை வகையா பிரிக்கிறாரே, ஏன் ஆண்களைப் பிரிச்சுக் காட்டலே? ஆண்களுக்கு வேண்டிய போகப் பொருள் பெண்கள். அவர்கள்லே இத் தனை வெரைட்டி இருக்கு. ஆண்கள் அவங்களுக்கு விருப்ப மானதைத் தேர்ந்தெடுக்கலாம்- அப்படின்னுதானே இதுக்கு அர்த்தம்?

அத்தியாயம் - 1

இது எந்த இடம்? பாலைவனமா? எங்கு பார்த்தாலும் மணல், மணல்... கூழாங்கற்களாக இருக்கக் கூடாது? யாரோ ஒருவன் கூழாங்கற்கள் பொறுக்குகிறேன் என்று அடக்க மாகச் சொன்னானாம்... கூழாங் கற்கள் கடற்கரையில் அல்லவா இருக்கும்! இது கடற்கரை அல்ல... பாலைவனம்... மணல், மணல்... பொடிப் பொடியாக, துகள், துக ளாக... வெயிலில், ஒளித் துணுக்கு களாக மின்னுகின்றன.

யார் இவர்கள்? முன்பின் தெரியாத முகங்கள், ஒரு முகத்துக்கும் இன் னொரு முகத்துக்கும் வித்தியாச மில்லை... கண்ணுக்குத் தெரியாத சாட்டைக்குப் பயப்படுகிறவர் கள்போல் வேலை செய்கிறார்கள்.

என்ன செய்கிறார்கள்?

மை காட்! நானும் அவர்கள் செய்யும் வேலையைத்தான் செய்து கொண்டிருக்கிறேன். பார வண்டியில் மணலை மூட்டை மூட்டையாகக் கட்டி ஏற்றி... இறக்கி, மூட்டையை அவிழ்த்து மணலைக் கீழே கொட்டி... மறுபடியும் மூட்டையாகக் கட்டி, ஏற்றி, இறக்கி, கொட்டி... மறுபடியும் கட்டி, ஏற்றி!

விம்மி திடுக்கிட்டு எழுந்தாள். என்ன சொப்பனம் இது? உடம்பு தெப்பமாக நனைந்திருந்தது வியர்வையில்.

பக்கத்தில் அருண் தூங்கிக் கொண்டிருந்தான். இரவு பார்ட்டி முடிந்து உறங்கச் சென்றபோது இரண்டரை மணி.

இப்போது என்ன மணி இருக்கும்?

வெளியே, திரைச்சீலையின் இடைவெளியில் கருமை லேசாகக் கலைந்து மேகத்துண்டுகள்... விடிய ஆரம்பித்து விட்டது.

விம்மி எழுந்து சென்று, திரைச்சீலைகளை மெதுவாக விலக்கினாள்.

டெல்லியில் பனிக் காலத்து வானம். தூக்கமும் கனவும் கலையாத முகத்தில் காலையில் எழுந்ததும் பெண்கள் லேசாகப் பவுடர் பூசிக்கொள்வதுபோல், மேகங்களும் துயிலெழுந்ததும் மேக் அப் செய்து கொள்கின்றனவோ? திட்டுத் திட்டாக அசட்டு வெள்ளை நிறம்!

பனிப் போர்வையை விலக்கி வெளியே வர சூரியனின் தீவிர முயற்சி... ஏன் மழை பெய்யக் கூடாது என்று யோசிக்கும் வானத்தின் மனப் போராட்டம், கருமை நிறச் சந்தேகங்களாக ஆங்காங்கே தெரிந்தது.

விம்மியின் மனம் சந்தோஷத்தால் நிறைந்தது. சில கணங்கள் அப்படியே மெய் மறந்து நின்றாள்.

அருண் புரண்டு படுத்ததனால் கட்டிலின் ஸ்பிரிங்குகள் லேசாக முனகின. விம்மி திரும்பிப் பார்த்தாள்.

அருண், அவள் மேல் கொள்ளை ஆசை வைத்திருந்தான். வாஸ்தவம்தான். ஆனால், அந்த ஆசை அவள் அழகுக்காக, அவன் கோரிக்கைகளை மௌனமாக நிறைவேற்றி வைப்பதற்

காக, இயந்திரமான புன்னகையுடன் விருந்தின்போது அவள் செய்துகொள்ளும் அலங்காரத்தைப்போல், புன்னகையும் ஓர் அலங்காரம்தான். அருண் அவளைக் கல்யாணம் செய்து கொண்டதே இதற்காகத்தான்.

அவன் பணக்காரக் குடும்பத்தில் பிறந்தவன். கை நிறையச் சம்பளத்தை வாங்கித் தரும் படிப்பு. நடுத்தரக் குடும்பத்தைச் சார்ந்த அவளை, அவன் தான் கணக்கு வைத்திருந்த பேங்கில் சந்தித்தான். அங்கு அவள் வேலையாக இருந்தாள். முதல் சந்திப்பின்போதே அவளை விரும்பி, அவளையும் தன் கணக்கில் சேர்த்து விட்டான்.

சிறு வயதிலேயே அப்பாவை இழந்த அவள், தன்னுடைய அபிப்பிராயம் என்று எதையும் வெளிப்படையாகச் சொன்னது கிடையாது. அம்மாவின் தியாகங்கள் அவளை மௌனியாக்கி விட்டன. அருணின் பெற்றோர் பெண் கேட்டு வந்தபோது, அவளுடைய அம்மா இதைப்பற்றி அவள் என்ன நினைக்கிறாள் என்று உபசாரத்துக்குக்கூடக் கேட்கவில்லை. பெரிய வீட்டுப் பிள்ளை, அழகன், நல்ல வேலையில் இருக்கிறான். அவள் இதை வரவேற்காமல் எப்படி இருக்க முடியுமென்று அவளுடைய அம்மா நினைத்திருக்கலாம்.

திருமணமான பிறகு அவள் வேலையை விட்டுவிட்டாள். அருணுக்கு ஒரு பெரிய நிறுவனத்தில் மிக உயர்ந்த உத்தியோகம். வாரத்துக்கு ஒருமுறை வீட்டிலேயோ, ஐந்து நட்சத்திர ஹோட்டல்களிலோ விருந்துகள், அவளுக்கு ஏற்பட்ட புதிய உத்தியோகம், விருந்தினர்கள் பாராட்டும் மிஸஸ் அருண்.

அருண் மீது குறைசொல்வதற்கு ஒன்றுமில்லை. சுறுசுறுப்பான இளைஞன். உத்தியோகத்தில் நல்ல பெயர். விருந்துகளில் அவன் இருக்கும் இடத்தில் சிரிப்புக்கும் கும்மாளத்துக்கும் குறைவே இருக்காது. ‘கம் ஆன் அருண் டெல் அஸ் அபௌட் திஸ்...’, ‘ஏய், ஹாவ் யு ஹேர்ட் அருண் டெல்லிங் திஸ் ஜோக் அபௌட்...’ பெண்களிடத்தில் பேசும்போது அவன் குரலில் காணும் கனிவும், குழைவும்! இவ்வளவுக்கும் அவன் எத்தனை குடித்தாலும் பெண்களிடத்தில் தப்பாக நடந்து கொண்டான் என்ற பேச்சே கிடையாது. அழகான பெண்கள் அவளிடம் ‘நீ அதிர்ஷ்டசாலி’ என்று சொல்லும்போது, அவள் நியாயமாகப் பெருமைப்பட வேண்டும். ஆனால்...

இந்த 'ஆனால்' அடி மனத்தில் எழுந்து அவளை உறுத்துகிறது. இதற்குக் காரணம்தான் தெரியவில்லை... அவளுக்கு என்ன குறைவு?

அவள் கண்ட கனவுக்கும் அவள் வாழ்க்கைக்கும் ஏதாவது சம்பந்தமிருக்கிறதா?

அடிக்கடி நடக்கும் இந்த விருந்துகள் அவளுக்குப் பிடித்திருக் கின்றனவா? அவள் இதைப்பற்றி யோசித்ததே இல்லை. ஒரு நாடகத்தில் அவள் ஏற்றிருக்கும் பாத்திரத்தை அவளிடமிருந்து மற்றவர் என்ன எதிர்பார்க்கிறார்களோ அந்த அளவுக்கு நடித்துக் காட்டியிருக்கிறாள். பார்க்கப் போனால், எதுவுமே அவளுக்கு நாடகமாகத்தான் படுகின்றது.

ஒவ்வொரு விருந்தும் ஒரு நாடகம். வருகின்ற விருந்தினர்கள் அனைவரும் அவரவர் பாத்திரத்தை உணர்ந்து நடிக்கின்றனர். இந்த விருந்துகள் எதற்காக ஏற்பாடாகின்றன என்பதும் அவளுக்குத் தெரிந்த விஷயம்தான். மனித உறவுகளை விலை பேசும் சந்தர்ப்பங்கள்... ஒவ்வொருவருடைய பலத்தையும் பலவீனத்தையும் புரிய வைக்கும் தருணங்கள்.

விருந்து ஆரம்பிக்கும்போது, ஒவ்வொருவருக்கும் மற்றவர்கள் தங்களை இனம் கண்டு கொள்ளக்கூடாது என்ற ஜாக்கிரதை உணர்வு. ஆகவே தேய்ந்துபோன பாதையில் செல்லும் பூர்வ பீடிகைப் பேச்சுக்கள்!

'நவம்பர் வந்துவிட்டது. இன்னும் குளிர் ஆரம்பிக்கவில்லை.'

'தில்லியின் சீதோஷண நிலை மாறிக்கொண்டே வருகிறது என்கிறார்கள்.'

'இத்தனை உப கிரகங்கள் விண்வெளியில் சுற்றிக்கொண்டே வந்தால் சீதோஷண நிலை மாறத்தான் செய்யும்.'

'ராஜஸ்தான் பாலைவனம் விரிந்துகொண்டே வருகிறதாம் தெரியுமா?'

'இயற்கையுடன் மனிதன் நடத்தும் போராட்டத்தில் யார் வெற்றியடைய முடியுமென்பதை வருங்கால வரலாறுதான் சொல்ல வேண்டும்.'

'நாம் அப்போது இருக்கப் போவதில்லை... நிகழ்காலத்தைச் சிறப்பாகக் கொண்டாடுவோம்... சீயர்ஸ்.'

'மிஸஸ் காவ்லா. உங்கள் சால்வை மிகவும் நன்றாக இருக்கிறது. எங்கே வாங்கினீர்கள்?'

'நீங்கள் நம்ப மாட்டீர்கள்; இதன் விலை நூறு ரூபாய்தான். கரோல் பாக்கில், மண்டே மார்க்கெட்டில் வாங்கினேன். கனாட் ப்ளேஸில் இதன் விலை இருநூறு ரூபாய்!'

'உங்களுக்குத் தெரியுமா, அமெரிக்காவில் நம் சால்வைகளுக்கு நல்ல மதிப்பு.'

'ரியலி? போன மாதம் அவர் வாஷிங்டனிலிருந்து எனக்கு ஒரு கோட் வாங்கிக் கொண்டு வந்தார். நூறு டாலர்... இங்கேயே ஒரு சால்வை வாங்கி இருக்கலாம்!'

விருந்து 'சூடு' ஏற ஏறத்தான் கூட்டம் தனித்தனிக் குழுக்களாகப் பிரியும்.

விம்மிக்குச் சிரிப்பு வந்தது. நேற்றிரவு நடந்த விருந்தில் அரசாங்க உயர்தர உத்தியோகஸ்தர் ஒருவர், விம்மியின் அருகில் உட் கார்ந்து அழாக்குறையாக அவருடைய அந்தரங்க அபிலாஷை களை அவளுடன் பகிர்ந்து கொண்டிருந்தார். அவரைப் பார்த் தால் அவளுக்குப் பரிதாபமாக இருந்தது.

'நான் ஐ.ஏ.எஸ். தேர்வில் வெற்றியடைந்திராவிட்டால் இன்று ஒரு பெரிய கிரிக்கெட் ஆட்டக்காரனாக இருந்திருப்பேன்... நான் கல்லூரியில் படிக்கும்போது, வேகமாகப் பந்து வீசுவதில் எனக்கு இணையே கிடையாது. இந்தியா ஒரு தாம்ஸனை இழந்து விட்டது. இப்பொழுது ஃபைல்கள்தான் என்னால் வேகமாக நகர்ந்து கொண்டிருக்கின்றன. என் ஆசையைக் குழிதோண்டி புதைத்தவர் என் அப்பாதான். அவரை என்னால் மன்னிக்கவே முடியாது.'

அவர் வேகமாகப் பந்து வீசுவதை எடுத்துக்காட்டுவதற்காக, வலது கையை உயர எழுப்பிக் கீழே கொண்டு வந்தார். அவ ரெதிரே இருந்த கண்ணாடி டம்ளர் நொறுங்கியது - அவருடைய கனவைப்போல்.

அருண் வேலை பார்த்த கம்பெனியின் ஒரு முக்கிய ஃபைல் அவரிடம் இருந்தது. அருண் அவரிடம் வேகமாக வந்து, அவர் கைகளைக் குலுக்கினான். கண்களில் ஒரு மின்னல்.

'ஒண்டர்ஃபுல்... இந்தியா ஒரு தாம்ஸனை இழந்துவிட்டது... வாஸ்தவந்தான்... ஒன் ட்ரிங்(க்) ப்ளீஸ்.'

இந்த மாதிரி எத்தனை சம்பவங்கள்!

அலுப்புச் சலிப்பு இல்லாமல் நடந்து கொண்டிருக்கின்றன. இன்னும் எத்தனை நடக்கப்போகின்றன! அருண், தன் ஆசையின் எல்லையை உணரப் போகும் வரை நடந்துகொண்டே இருக்கப் போகின்றன! அருணின் ஆசைக்கு எல்லையே கிடையாது... முன்னேற வேண்டும் என்ற ஒரு வெறி வந்துவிட்டால், மலையின் உச்சியை அடைந்தாலும் மலையின் உச்சியை அடைந்துவிட்டோம் என்ற நினைவே இருக்காது. வெறியே வாழ்க்கையின் குறிக்கோளாகிவிடும்.

'குட் மார்னிங் டார்லிங்...'

வெளியே ஆகாயத்தைப் பார்த்துக்கொண்டே யோசித்த நிலையில் இருந்த விம்மி, திரும்பிப் பார்த்தாள்.

அருண் எழுந்துவிட்டான். படுக்கையில் உட்கார்ந்து சோம்பல் முறித்துக் கொண்டிருந்தான்.

'குட் மார்னிங்...'

அவனைப் போர்த்தியிருந்த கம்பளிச் சுகத்தினின்றும் மீள அவனுக்கு விருப்பமில்லை.

'The rough male kiss of a blanket' என்றாள் விம்மி.

'எஸ்?' என்று புருவத்தை உயர்த்தியவாறு ஒரு சிகரெட்டைப் பற்றவைத்துக்கொண்டான் அருண்.

'அப்படின்னு ஓவன் பாடியிருக்கான். பேனா பிடிக்க வேண்டிய கை துப்பாக்கியைப் பிடிக்கப் போனபோது, பாடின கவிதை இது...'

'ஐ ஸீ... காபி எங்கே?'

விம்மி அவனை ஒரு கண நேரம் உற்றுப் பார்த்துவிட்டு, அறையை விட்டு வெளியே சென்றாள்.

சமையலறையில் அவளை இன்முகத்துடன் வரவேற்றாள் பூர்ணிமா. அறுபது வயதில் இவளால் எப்படி இவ்வளவு சுறுசுறுப்புடன் இருக்க முடிகிறது என்று யோசித்தாள் விம்மி. நான்கு மணிக்கே எழுந்து விடுவாள். தான் தேநீர் போட்டுக் குடித்த பிறகு குளித்துவிட்டு, ஒரு மணி நேரம் பூஜை செய்ய ஆரம்பித்துவிடுவாள்.

பூர்ணிமாவை அருண் கௌஹாத்தி சென்றபோது யாரோ சிபாரிசு செய்தார்கள் என்று அழைத்து வந்தான். பிச்சுப் பிடுங்கல் இல்லாத ஒண்டிக் கட்டை. வந்ததிலிருந்து ஐந்து வருஷங்களாக அவள் தன்னை அக்குடும்பத்துடன் ஐக்கியப்படுத்திக் கொண்டு விட்டாள். விம்மிதான் அவளுக்குக் கற்றுக் கொடுத்தாள் என்றாலும், தென்னிந்திய உணவு வகைகள் சமைப்பதில் விம்மியை மிஞ்சி விட்டாள் பூர்ணிமா.

விம்மி பல் விளக்கிய பிறகு, பூர்ணிமா கொடுத்த காபி தம்ளரை யும் தினசரித் தாளையும் எடுத்துக் கொண்டு, படுக்கையறையை நோக்கிச் சென்றாள்.

காபியைக் குடித்துக் கொண்டே தினசரித் தாளைப் படித்து முடித்த பிறகுதான், அருண் கட்டிலை விட்டு இறங்குவது வழக்கம். விம்மிக்கு அருணின் இந்தப் பழக்கம் ஆரம்பத்தில் அருவருப்பாக இருந்தது. ஆனால் இப்பொழுது பழகிவிட்டது. கல்யாணமான புதிதில் அவள் அவனிடம் அவளுக்கு இது பிடிக்கவில்லை என்று சொன்னபோது, அருண் சிரித்துக் கொண்டே சொன்னான்: 'இது மத்யதர வகுப்பு மனப்பான்மை... நீ உன்னை எனக்கு அனுசரணையாக மாற்றிக் கொள்ள வேண்டும்...'

விம்மி காபியைக் கலந்து அவனிடம் நீட்டினாள்.

'தேங்க் யூ மேடம்' என்றான் அருண் புன்சிரிப்புடன்.

அவன் தினசரித் தாளைப் படிக்கத் தொடங்கிவிட்டான்.

அவள் தன்னுடைய காபிக் கோப்பையைக் கையில் எடுத்துக் கொண்டு ஜன்னலருகே சென்றாள். திரைச்சீலைகளை விலக்கினாள்.

சூரியன் செம்பிழம்பாகக் கீழ் வானத்தில் உதயமாகியிருந்தான். பனித்திரை அகன்று, உலகம் மஞ்சள் வெயிலில் குளித்துக் கொண்டிருந்தது.

பள்ளிக்கூடம் செல்வதற்காகச் சிறுவர்கள் தூக்கத்தைக் கண்களிலிருந்து விரட்டிக் கொண்டு, பஸ் நிலையத்தில் நின்று கொண்டிருந்தார்கள். சிறு குழந்தைகளின் பக்கத்தில் ட்ரெஸ்ஸிங் கவுனில் தந்தைகள்.

அருணை அந்த இடத்தில் மானசீகமாக நிறுத்தி வைத்துப் பார்த்தாள் விம்மி. கல்யாணமாகி ஆறு வருஷங்களாகிவிட்டன. திருமணமாகி முதல் மூன்று வருஷங்கள் குழந்தையே கூடாது என்று அருண் பிடிவாதமாக இருந்தான். ஆனால் அதற்கு அடுத்த மூன்று வருஷங்களைப் பார்க்கும்போது, இது அவனுடைய பிடிவாதத்தைப் பொறுத்த விஷயமில்லை என்று தெரிந்தது.

அருண் அவளை இரண்டு மூன்று டாக்டர்களிடம் அழைத்துச் சென்றான். அவளிடம் எந்தக் குறையும் இல்லை என்று அவர்கள் கூறினார்கள். ஆனால் அவன் தன்னைப் பரிசோதித்துக் கொள்ளத் தயாராக இல்லை.

'உங்களையும் பரிசோதித்துப் பார்த்துக் கொள்ளுங்களேன்' என்று சொல்லலாமா என்று அவள் நினைத்ததுண்டு. ஆனால் இதை அவன் எப்படி எடுத்துக் கொள்வானென்று அவளால் யூகிக்க முடியவில்லை. அவனுக்குத் தன்னைப் பற்றி அசாத்திய நம்பிக்கை. உத்தியோகத்தில் அவன் ஏற்று, செய்து முடிக்காத சவால்கள் எதுவுமே இல்லை. 'நான் விரும்பி அடையாத பொருள் எதுவுமில்லை' என்று அவன் அவளிடம் முகத்தில் பெருமை பொங்கப் பல தடவை கூறியிருக்கிறான். 'ஆனால் பெண்களைப் பொறுத்தவரையில் நான் உன்னைத் தவிர வேறு யாரையும் விரும்பக்கூடாது என்பதே நான் எனக்கு விதித்துக் கொண்ட கட்டுப்பாடு...' அத்தகைய கட்டுப்பாட்டை அவன் தனக்குத் தானே விதித்துக் கொண்டிராவிட்டால் உலகத்திலுள்ள அத்தனை அழகான பெண்களும் அவன் காலடியில் விழு வார்களாக்கும்! 'என்ன விசுவரூபமான கற்பனை' என்று யோசித்தபோது, அவளுக்கு வேடிக்கையாக இருந்தது.

தனக்குக் குழந்தை இல்லை என்பதை அவன் ஏன் ஒரு சவாலாக ஏற்றுக் கொள்ளவில்லை? 'குழந்தை இல்லாவிட்டால் பரவா யில்லை... நாம் இருவரும் என்றும் இளமையாக இருக்கலாம்...

நான் அப்பாவாகவோ தாத்தாவாகவோ ஆகப் போவதில்லை என்று நினைக்கும்போதுதான், என் இளமையின் எல்லையின்மை எனக்குப் புரிகிறது!' இது மனச் சமாதானமா அல்லது உண்மை யாகவே அவன் தான் கூறுவதைத் தானே நம்புகிறானா என்று அவளுக்குப் புரியவில்லை.

அவள் அவனிடம் எதைப்பற்றியும் மனம் விட்டு விவாதிப்பது கிடையாது. யாரிடந்தான் விவாதித்திருக்கிறாள்? அவள் சிறு வயதிலிருந்தே இப்படித்தான் இருந்து வந்திருக்கிறாள். இருபத் தைந்து வயதிலேயே கணவனை இழந்துவிட்ட காரணத்தால், பெண்தான் தன்னுடைய ஒரே உடைமைப் பொருள் என்றளவில் ஒரு தீவிர உணர்வில் அவளை ஆக்கிரமித்து, அவளுக்கென்று ஒரு தனி உள்ளுருவம் இருக்க முடியுமென்று நம்ப மறுத்த அவள் அம்மா, அவளை ஒரு 'பனிப்பாறை' யாக ஆக்கிவிட்டாளோ என்று பல தடவை விம்மி சிந்தித்திருக்கிறாள். கல்யாணமான பிறகு, அம்மாவுக்குப் பதிலாக வரையறையில்லாத தன்முனைப் பார்வையுடைய கணவன் எப்பொழுதாவது அவளை, 'விம்மி, நீ இதைப்பற்றி என்ன நினைக்கிறாய்?' என்று கேட்டிருக்கிறானா? அவள் ஒரு 'பனிப்பாறை' தான் சந்தேகமில்லை.

அவள் மனத்துள் நிகழ்கின்ற சிந்தனைகளைப் பற்றியும் கற்பனை களைப் பற்றியும் அவள் கணவனுக்கு என்ன தெரியும்? அவனுக்கு அவளைப்பற்றித் தெரிந்த ஒரே முகம் அழகான மனைவி; அவனுடைய விருந்தினர்கள் பாராட்டும் இல்லத்தரசி... 'அருண் யு ஷுட் பி ப்ரௌட் ஆஃப் யுவர் சார்மிங் வொய்ஃப், ரியலி'... இந்தப் பட்டத்தைப் பெறுவதற்காக அவள் புரிந்த பொய்ப் புன்னகைகள் எத்தனை? மனத்துக்குள் ஒரு விம்மியாகவும், வெளியில் ஒரு விம்மியாகவும் இருப்பது ஒரு பெரிய மனச்சுமை தான்... சுமை, தாங்க முடியாத நிலையை அடைந்துவிட்டால்?

'ஸோ டார்லிங், இன்னொரு நாள் ஆரம்பிச்சாச்சு' என்று சொல்லிக்கொண்டே கட்டிலை விட்டு இறங்கினான் அருண்.

விம்மி அவனைப் பார்த்துப் புன்னகை செய்தாள்.

'இன்னிக்கு ஆபீஸிலே ஏகப்பட்ட வேலை இருக்கு... நேத்து ராத்திரி நடந்த 'பார்ட்டியோட ஃபாலோ அப் ஆக்ஷன்'...'

அவன் டிரெஸ்ஸிங் கவுனின் நாடாவை இறுகக் கட்டிக் கொண் டான்.

'டாண்டன் நேத்துக் கூட்டிண்டு வந்தானே, அந்தப் பொண்ணு யாரு தெரியுமா?'

விம்மி படுக்கையைச் சரி செய்துகொண்டே அவனைப் பார்க்காமல் சொன்னாள்: 'தெரியாது.'

அவள் யாராயிருந்தால் என்ன? ஷோகேஸ்! அலங்காரப் பொம்மை மாதிரி இருந்தாள், வாயைத் திறக்காத வரை. பேச ஆரம்பித்தவுடன் தெரிந்தது, இத்தகைய விருந்துகளில் அவளுடைய பங்கு என்னவென்று.

'சிந்தி கேர்ல்... டாண்டன் பொண்டாட்டி; அவனை விட்டுப் போயிட்டா தெரியுமா?'

'ஐ ஸீ...'

'பட் திஸ் கேர்ல்... டாண்டன் எங்கேயிருந்து கூட்டிண்டு வந்தான் தெரியலை, 'எ ரியல் ஃப்ளர்ட்', நான் ரொம்ப ஜாக்கிரதையா இருக்க வேண்டியிருந்தது... நீ இல்லாம இருந்திருந்தா ஷி வுட் ஹாவ் ஈவன் ட்ரைட் டு ரேப் மி...'

அருண் இவ்வாறு சொல்லிக்கொண்டே வாய்விட்டு உரக்கச் சிரித்தான்.

'டாண்டன் பெரிய 'வுமனைஸர்'. அவளாலே எத்தனை நாளைக்குத்தான் பொறுத்துக்க முடியும்? எல்லோரும் என் மாதிரி இருப்பான்னு பார்த்தியா? பணமும் சந்தர்ப்பமும் இருந்தா போதும், ஒருத்தன் சுலபமாகக் கெட்டுப் போக... என்னைப்பத்தி உனக்குப் பெருமைதானே டார்லிங்?'

'எஸ்... எஸ்... ப்ரேக்ஃபாஸ்டுக்கு என்ன சாப்பிடப் போறீங்க? ஆம்லெட் அண்ட் டோஸ்டா, இல்லாட்டா...'

'ஆம்லெட் அண்ட் டோஸ்ட்...'

அருண் அறையை விட்டு வெளியே சென்றான். படுக்கையைச் சரி செய்துவிட்டு, சமையலறையை நோக்கிச் சென்றாள் விம்மி.

'ஆம்லெட் அண்ட் டோஸ்ட். சா(ஹ) ப்புக்கு மட்டும் போதும். எனக்கு ஒன்றும் வேண்டாம்!' என்றாள் பூர்ணிமாவிடம்.

இதைச் சொல்லும்போது, அவளுக்குத் தான் காலையில் கண்ட கனவு நினைவுக்கு வந்தது.

அத்தியாயம் - 2

ராதிகா சிகரெட்டைப் பற்ற வைத்துக் கொண்டே அருணைப் பார்த்தாள்.

அவன் ஏற்றுமதி இறக்குமதி பற்றிய அரசாங்க விதிகளை மிகக் கவனமாகப் படித்துக் கொண்டிருந் தான். ஊசியின் காதளவு ஓட்டை இருந்தால்கூடப் போதும், ஒட்ட கத்தை அதன் வழியே செலுத்தி விடக்கூடிய சாமர்த்தியமுடைய வன் அவன். ஓட்டை நிச்சயம் இருக்க வேண்டும். விதிவகுத்த அரசாங்க அதிகாரிகள் இந்த ஓட்டையைக் கண்டுபிடிக்கும் திறமைசாலிகளுக்குப் பலனளிப்ப தன் மூலம் அவர்களும் பலன் பெறுகிறார்கள்.

ராதிகா, அந்தத் தொழில் நிறுவனத்தில் உயர்ந்த பதவியில் இருந்தாள். அருணுக்கு அடுத்தபடியாகக் கெட்டிக்காரத் தன முடையவள் என்ற பேர் பெற்றவள். அவளெழுப்பிய பிரச்னையைத்தான் அருண் இப்பொழுது ஆராய்ந்து கொண்டிருந் தான்.

இளம் வயதிலேயே உயர்ந்த பதவி வகிக்கும் ராதிகாவைக் கண்டு மற்றப் பெண்கள் பொறாமைப்பட்டார்கள் என்பது ஆச்சரியத்துக் குரிய விஷயமில்லை. அவள் அறிவைக் காட்டிலும் அவளு டைய அழகுதான் மூலதனம் என்று விஷமமாக அவர்கள் கூறுவ துண்டு. இதைப் பற்றியெல்லாம் ராதிகா கவலைப்பட்டதே கிடையாது.

ராதிகா எல்லா பார்ட்டிகளிலும் முக்கிய விருந்தினர்; அல்லது அவள் விருந்து அளிப்பவள். தான் 'பெண்' என்ற எந்தவிதமான மனத்தடையுமில்லாமல், ஆண்களுடன் அவர்கள் 'பாஷை'யி லேயே பேசி, அவளால் பழக முடியும். ஆண்கள் தங்களுக்குள் சென்சார் செய்யப்படவேண்டிய நகைச்சுவைத் துணுக்கு சொல் வதாக இருந்தாலும் பெண்கள் இருக்கிறார்களா என்று அங்குமிங் கும் பார்த்துவிட்டு, ராதிகா இருந்தால் 'ஓ.கே... ராதிகாதான் இருக்கிறாள்... பரவாயில்லை' என்று சொல்லக்கூடிய அளவுக்கு அவளுக்கு விருந்துகளில் செல்வாக்கு உண்டு.

ராதிகா யோசித்துக் கொண்டிருந்தாள். அவளெழுப்பிய பிரச்னையைப் பற்றி அல்ல, அருணைப் பற்றி, விம்மியைப் பற்றி, அவர்களிடையே இருக்கக் கூடிய உறவு முறைப் பற்றி... விம்மி மற்ற பெண்களிடமிருந்து வேறுபட்டவள்தான். விருந்து களில் பெண்கள் பேசும் 'இனிய வம்பளப்புகளில்' அவள் கலந்து கொள்வது கிடையாது. யார் என்ன சொன்னாலும் லேசான குறுநகைதான்... அவள் ஆழமானவளா அல்லது ஒன்றும் தெரியாதவளா என்று யூகிக்க முடியவில்லை.

அருண், மிகவும் வெளியுலக ஈடுபாடு கொண்டவன். நடப்பியல் வாழ்க்கையில் வெற்றி என்பதைத் தவிர, வேறு பாதை தெரியாத வன். விருந்துகளின்போது விம்மி நடந்து கொள்வதைப் பார்த் தால், அவள் வெறும் இயந்திரம்தானோ என்ற சந்தேகம் தோன்றும். விருந்தின் 'உச்ச' நிலையில், அருண் மிகுந்த உற்சாகத்தோடு ஆர்ப்பாட்டமாகப் பேசும்போது, விம்மி அவனை வெறித்த நோக்குடன் பார்ப்பதைப் பார்த்துவிட்டால்

போதும். உடனே அவள் முகத்தில் மிகவும் சுபாவமான முறையில் புன்னகை வந்துவிடும். விம்மிக்குள் இன்னொரு விம்மி இருக்கிறாளோ!

ராதிகா, தன் கணவனைப் பற்றி யோசித்தாள். சொர்க்கத்தில் நிச்சயமான கல்யாணம். அவளுடைய அத்தையின் மகன் இன்ஜினீயர். செங்கற்களையும் கான்கிரீட்டையும் தவிர அவனுக்கு வேறொன்றும் தெரியாது. அவள் செல்லும் விருந்துகளுக்கோ, அல்லது அவள் அளிக்கும் விருந்துகளிலோ அவன் பங்கு கொள்வதில்லை. 'ப்ளீஸ் லீவ் மி அலோன்...' அவள் எல்லா ஆண்களுடன் எந்தவிதமான தடையுமின்றி பழகுவது பற்றி அவனுக்குப் பொறாமை உணர்ச்சிகூடக் கிடையாது. இது அவளைப் பற்றி அவனுடைய அசாத்திய நம்பிக்கையா அல்லது அவளைப் பற்றி அவன் கவலைப்படவே இல்லையா என்று அவளுக்குப் புரியவில்லை.

அவர்களுடைய மகன் ராகுலிடம்கூட அவனுக்குப் பாசம் இருந்ததாக அவளுக்குத் தெரியவில்லை.

பார்க்கப் போனால் ராகுலும், ஒரு விசித்திரமான பையன், பதிநான்கு வயதுதான் ஆகிறது. ஓர் அடல்ட் போல் நடந்து கொள்கிறான்; வளர்த்தியும் அப்படித்தான் இருக்கிறது. வயதுக்கு மீறிய பெரிய பெரியப் புத்தகங்களெல்லாம் படிக்கிறான். அவன் சிந்தனை முயற்சியைப் பார்க்கும்போது, அவளுக்குப் பயமாக இருக்கிறது. அவன் தனக்கென்று ஒரு தனி உலகைப் படைத்துக் கொண்டு விட்டான். அப்பாவும் அம்மாவும் அவன் பிறப்பைச் சாத்தியமாக்கிய, தவிர்க்க முடியாத உறவுகள் என்று மட்டும்தான் அவன் நினைக்கிறானோ என்பது அவள் சந்தேகம்.

அவளுக்குச் சின்ன வயதிலேயே கல்யாணமாகிவிட்டது. பதினெட்டு வயதில் ராகுல் பிறந்தான். அவள் தொடர்ந்து படித்துப் பட்டம் பெற்று வேலைக்குப் போனாள். எந்த நிலையிலும் அவள் கணவன் ரமேஷ் இதற்கு ஆட்சேபம் தெரிவிக்கவில்லை.

அவளைப் பார்க்கின்றவர்கள் யாரும் அவளுக்குப் பதிநான்கு வயதில் ஒரு பிள்ளை இருக்கிறான் என்று நம்ப மாட்டார்கள். ஒரு சமயம் அவள் வீட்டுக்கு வந்திருந்த ஒருவர் அவளைக் கேட்டார்: 'ராகுல் உங்களுடைய தம்பியா?' இதை அவள் ராகுலிடம் சொன்னபோது, அவன் கையிலிருந்த புத்தகத்திலிருந்து பார்வையை மீட்காதவாறு, உதட்டில் ஒரு லேசான புன்னகை

உடன் வினவினான்: 'ஸோ வாட்?' அப்பொழுது அவனுக்கு வயது எட்டு.

'பிரச்னை தீர்ந்த மாதிரிதான்' என்றான் அருண், ராதிகாவிடம் புன்னகையுடன்.

'எப்படி?'

'முன் மாதிரிகள் இருக்கின்றன. யுனைடெட் ஸ்டேட்ஸ் லோன் ஃபண்டிலிருந்து கடன் வாங்கி 30,000 டன் ரயான் பல்ப் உற்பத்தி செய்ய 1967-ல் இந்தக் குறிப்பிட்ட கம்பெனிக்கு அனுமதி வழங்கியிருக்கிறது மத்திய அரசாங்கம். பிறகு ஒரு பெரிய தொழில் நிறுவனத்தின் தலையீட்டின் காரணமாக, இத்திட்டம் நிறைவேறவில்லை. ஆனால், லைசென்ஸை இன்னும் ரத்து செய்யவில்லை. இதை ஆதாரமாக வைத்துக்கொண்டு, D.G.T.D.யில் உள்ளவர்களுடைய மனசாட்சியையும் பர்ஸையும் திருப்தி செய்து விட்டால், பிரச்னை தீர்ந்துவிடும்.'

'பெரிய தொழில் நிறுவனம் நமக்குப் பச்சைக் கொடி காட்டிக் கொண்டு நிற்குமென்று எதிர்பார்க்கிறீர்களா?'

'பெரிய தொழில் நிறுவனம் சம்பந்தப்பட்ட ஒரு விவகாரத்தின் ஃபைல் என்னிடம் இருக்கிறது. ஆகவே அவர்களை எப்படிச் சரிகட்டுவது என்று எனக்குத் தெரியும்' என்று கூறிக்கொண்டே சிகரெட்டைப் பற்றவைத்தான் அருண்.

'விஷயம் அவ்வளவு சுலபமானது என்று நினைக்கிறீர்களா?'

'என்னைப் பொறுத்தவரையில் சுலபமானது. இவ்வளவு என்னைத் தெரிந்து வைத்துக் கொண்டும் நீ கேட்கும் கேள்வி எனக்கு ஆச்சரியமாக இருக்கிறது. அது கிடக்கட்டும், நேற்றிரவு நடந்த விருந்தின் தொடர்ச்சியாக நாம் இப்பொழுது செய்யவேண்டிய காரியத்தைக் கவனிப்போம். நாம் உடனடியாக நாட்டில் காகிதப் பஞ்சம் ஏற்படும்படியாகச் செய்ய வேண்டும். அப்பொழுதுதான், எஸ்.டி.ஸி.யால் முடியாத காரியத்தை நம்மால் செய்ய முடிகின்ற சூழ்நிலை உருவாகும்... அரசாங்கம் நம்மிடமிருந்து 30,000 டன் காகிதம் வாங்குவதற்கு அனுசரணை யான நிர்ப்பந்தம்.'

'யு ஆர் எ ஜீனியஸ் அருண்.'

'ஸே இட் அகெய்ன்' என்று சொல்லிவிட்டுச் சிரித்தான் அருண்.

இவனுடைய தன்முனைப்புக்கு எவ்வளவு தீனி வேண்டி யிருக்கிறது என்று நினைத்தாள் ராதிகா. கெட்டிக்காரன் - சந்தேக மில்லை. எவ்வளவு தீனி போட்டாலும் தகும்.

தொழில் துறையில் இவனுக்குள்ள சாமர்த்தியத்தைப் பற்றி விம்மி நினைப்பதுண்டோ?

அருண் விம்மியை எந்த அளவுக்கு நேசிக்கிறான் என்பது அலுவலகத்தில் உள்ளவர்கள் அனைவரும் அறிந்த விஷயம் தான். கிடைப்பதற்கரிய ஓர் அழகான பொம்மை தனக்குக் கிடைத்துவிட்டாற் போன்ற சந்தோஷம். பெருமிதம். விருந்தின் போது எல்லோருடைய முன்னிலையிலும் திடீரென்று கட்டிக் கொண்டு 'மை சார்மிங் வொய்ஃப்' என்பான். ஆனால்... ஆனால் விம்மி இவனுக்கேற்ற மனைவியா?

இது அருணின் பிரச்னைதான். இதைப்பற்றி ஏன் சிந்திக்க வேண்டும்? -

'நேற்று கண்ணாடித் தம்ளரை நொறுக்கித் தள்ளினாரே, மிஸ்டர் சபர்வாலா. அவரைத்தான் நம்பியிருக்கிறேன்... காகிதப் பஞ்சம் ஏற்பட அவர் உதவி செய்வார்' என்றான் அருண்.

'அத்தனை குடிச்சிருந்தாரா?'

அருண் அவளை ஆச்சரியத்துடன் நோக்கினான். ராதிகா சாதாரணமாகத் தமிழில் பேசுவதில்லை. அதுவும் குறிப்பாக அலுவலகத்தில் அவள் தமிழில் பேசுவது அவளுடன் பொருந்திய தாக அவனுக்குப்படவில்லை. இதற்கு என்ன காரணம் என்று சொல்லமுடியாது. இவள் கணவனைப் பார்த்தால்தான் இவர் களுடையது தமிழ்க் குடும்பம் என்று சொல்லமுடியும். ரமேஷ் விருந்துகளுக்கு வருவதேயில்லை. அவன் வீட்டில் விருந்து நடந்தால், நெற்றியில் திருநீறுடன் வேட்டியைக் கட்டிக்கொண்டு, அவனுக்கும் அவ்வீட்டில் நடப்பதற்கும் சம்பந்தம் இல்லாதது போல், கையில் ஒரு புத்தகத்துடன் ஓரமாக உட்கார்ந்திருப்பான். இல்லாவிட்டால் வருகின்றவர்களைப் பார்த்து, 'வாங்கோ!' என்று சொல்லிவிட்டுப் போய்விடுவான். அவன் இன்ஜினீயரிங் புத்தகத்தைத் தவிர வேறு ஒன்றும் படிப்பதில்லை என்று ராதிகா கூறியிருக்கிறாள். ரமேஷ் இவளுக்கேற்ற கணவனா?

இது ராதிகாவின் பிரச்னை... தான் இதைப்பற்றி ஏன் சிந்திக்க வேண்டும்?

'குடிச்சிருந்தாரா இல்லையா தெரியாது. அவர் ஐ.ஏ.எஸ்.ஸிலே பாஸ் பண்ணாம இருந்திருந்தா ஒரு பெரிய ஜெஃப் தாம்ஸனா ஆயிருப்பாராம் விம்மிகிட்டே இதைத்தான் சொல்லிண்டிருந் தார்...'

'விம்மி சொன்னாளா?'

'இல்லே... நானே அவர் சொல்லிண்டிருந்ததைக் கேட்டேன். விம்மி பொதுவா இதைப் பற்றியெல்லாம் ஒண்ணும் பேசறதே கிடையாது.'

'ஏன்?'

'ஐ டோண்ட் நோ' என்று தோள்களைக் குலுக்கிக் கொண்டான் அருண்.

'இந்த விருந்துகள்ளாம் அவளுக்குப் பிடிக்கிறதா?' என்று கேட்டுக் கொண்டே இன்னொரு சிகரெட்டைப் பற்ற வைத்துக் கொண்டாள் ராதிகா.

'ஏன்? அவளுக்குப் பிடிச்சுத்தானிருக்கணும்...'

'என்ன அவசியம்?'

'அவ புருஷன் ஏற்பாடு செய்யற விருந்து அவளுக்குப் பிடிக்காம இருக்குமா? வாட் நான்ஸென்ஸ்? ஷி லைக்ஸ் மி ஸோ மச் ராது.'

ராதிகா ஒன்றும் பேசவில்லை. சில கணங்கள் மௌனமாக அவனை உற்றுப் பார்த்துக் கொண்டிருந்தாள்.

அருண் கீழே குனிந்து கொண்டு அவனெதிரே இருந்த புத்தகத் தின் பக்கங்களைப் புரட்டியவாறு சொன்னான். 'அவளுக்கு விமன் லிப்... இந்த மாதிரி விஷயங்களைப் பத்தியெல்லாம் ஒண்ணும் தெரியாது.'

'என்னைப் பத்தி என்ன நினைக்கிறீங்க அருண்?'

அருண் அவளை நிமிர்ந்து பார்த்தான். 'எதுக்கு இந்தக் கேள்வி?'

'ஜஸ்ட் ஐ வாண்ட் டு நோ.'

'நீ என்னுடைய லெஃப்டினன்ட். இதைவிட உன் திறமைக்கு வேற என்ன அத்தாட்சி வேணும்?'

'நான் விமன் லிப்பர்னு நினைக்கிறீங்களா?'

'உன்னுடைய சாமர்த்தியத்தையும் திறமையையும் நினைக்கிற போது, நீ ஒரு பெண்ணுங்கிற நினைவே வர்றதில்லே...'

'Male chauvinism' என்றாள் ராதிகா. அருண் வாய்விட்டுப் பலமாகச் சிரித்தான்.

'உங்களுக்கு இருக்கிற இந்த ஆம்பிளை அகங்காரத்துக்கு விம்மி ஒரு விமன் லிப்பரா மாறியிருந்தாக்கூட, ஆச்சரியப்படுவதற் கில்ல.'

'நோ ஃபியர்ஸ்... விம்மி அப்படி மாறவே மாட்டா. அவ ஒரு தேவதை மாதிரி... ஸ்வீட் இன்னொஸன்ட் அன்ட் அன்ஸ் பாய்ல்ட்...'

'ரமேஷைப் பற்றி நீங்க என்ன நினைக்கிறீங்க?'

அருண் சிறிது நேரம் அவளை உற்றுப் பார்த்தான். பிறகு புன் னகையுடன் கேட்டான். 'இதைப் பத்தியெல்லாம் ஆபீஸ்லே விவாதிக்கணும்ங்கிறது அவசியமா?'

'பின்னே எங்கே விவாதிக்கணும்?'

'எதுக்காக விவாதிக்கணும்? உன் அபிப்பிராயத்தைப் பற்றி எனக்கொண்ணும் தெரியாது. தெரிஞ்சுக்கணும்ங்கிற ஆசையு மில்லே. ஆனா என் பெண்டாட்டியைப் பற்றி விவாதத்துக்குரிய விஷயமுமில்லே... நௌ லெட் அஸ் கோ பேக் டு மிஸ்டர் சபர்வாலா...'

ராதிகாவின் முகம் சிவந்தது. பாஸ்டர்ட்! உலகத்தில் இவனும் இவன் குடும்பமும்தான் புனிதமான விஷயங்களென்று நினைக் கிறானோ? - அவளைப் பற்றி நினைக்கும்போது, அவள் பெண் என்ற நினைவே வருவதில்லையாம்.

இவன் தலை முழுவதும் இவனைப்பற்றி நினைவே இவனுக் கிருப்பதால், மற்றவர்கள் இவன் தொடர்பாகத்தான் படைக்கப் பட்டிருக்கிறார்கள் என்ற நினைப்பு.

விம்மிக்கு இவனைப்பற்றி என்ன அபிப்பிராயம் இருக்க முடியும்? இவன் நினைக்கிறபடி அவள் ஓர் எளிய சுபாவமுடைய பெண்ணாகத் தோன்றவில்லை... இவனுடைய எல்லையற்ற

தன்முனைப்பு, இவனைத் தாண்டிய யதார்த்தமொன்று இருக்கும் என்று நம்ப மறுக்கிறது.

'பெரிய தொழில் நிறுவனம் பற்றிய அந்தரங்கமான ஃபைல் என்னிடம் இருக்கிறது என்று சொன்னேனே, இதுபற்றிச் சம்பந்தப்பட்ட மிகப் பெரியவர்களிடம் நாம் பேசியாக வேண்டும், இது பிளாக் மெய்ல் என்று சொல்லக் கூடாது. தொழில் விவகாரங்களில் தர்மம், அதர்மம் என்று எதுவுமே கிடையாது. லாபம் என்ற ஒன்றுக்குத்தான் அர்த்தமுண்டு.'

'வாழ்க்கையில் ஒவ்வொரு துறைக்கும் தனித்தனி அளவுகோல் உண்டா?' என்றாள் ராதிகா.

'ஏன்?'

'உங்களுடைய தனிப்பட்ட வாழ்க்கை, அதாவது உங்கள் மணவாழ்க்கை - புனிதமானது என்று நீங்கள் கருதுகிறீர்கள்... தொழில் என்று வரும்போது நீங்கள் அடையும் வெற்றி ஒன்றுக்குத்தான் அர்த்தமுண்டு என்று நினைக்கிறீர்கள்... இது ஒரு முரண்பாடாக உங்களுக்குத் தோன்றவில்லையா?'

'என் தனிப்பட்ட வாழ்க்கை எனக்குச் சொந்தமானது. தொழில் என்று வரும்போது, சமூகவாழ்க்கை ஒவ்வொன்றுக்கும் தனித்தனியே அளவுகோல் இருப்பதில் என்ன தவறு?'

மனத்தில் இதைப்பற்றி எந்தவிதச் சந்தேகமும் இல்லாமல் அவன் பேசியது, அவளுக்கு அவள் தந்தை அடிக்கடி அந்தக் காலத்தில் கூறியதை நினைவூட்டியது. அவள் தந்தை ஒரு தத்துவப் பேராசிரி யர். 'இந்துமதம் ஒன்றில்தான், தனிப்பட்ட வாழ்க்கையில் ஒருவன் ஒரு நிலையிலும், சமூக வாழ்க்கையில் வேறொரு நிலையிலும் ஒன்றுக்கொன்று முரண்பட்டதாகத் தோன்றினா லும் - வாழமுடியும். வெள்ளையர் ஆட்சியின்போது சூட் அணிந்து வேலை பார்த்த ஒருவன், வீட்டில் வேட்டி அணிந்து, திருநீறு பூசி, காயத்ரி மந்திரம் சொல்லும் நிலையை இந்தப் பின்னணியில்தான் புரிந்து கொள்ள முடியும். அவனைப் பொறுத்தவரையில் இரண்டு நிலைகளுக்கும் எவ்வித முரண்பாடுமில்லை.'

அருண் இக்காலத்து இளைஞனாக பார்ப்பதற்குத் தோன்றி னாலும், அடிப்படையில் அடிமனம் இந்தப் பாரம்பரியத்தின்

வழி வந்ததுதான். தனிப்பட்ட வாழ்க்கை வேறு, சமூக வாழ்க்கைக்குத் தனித்தனி நியாயங்களைக் கற்பித்துக் கொண்டு அவனால் வாழ முடிகிறது.

‘நீ இன்று நம் வேலைக்குச் சம்பந்தப்படாத பல விஷயங்களைப் பற்றிப் பேசுவது ஆச்சரியமாக இருக்கிறது’ என்றான் அருண்.

‘விம்மியைப் பற்றி யோசித்தேன்... அதன் தொடர்பாக உங்களுடன் பல விஷயங்களைப் பேச நேரிட்டது... மன்னிக்கவும்.’

‘விம்மியைப் பற்றி என்ன யோசித்தாய்?’

‘நீங்கள் விம்மியைப் பற்றி யோசித்ததுண்டா?’

‘என்ன யோசிக்க வேண்டும்? அழகான பெண், நல்ல மனைவி என்பதைத் தவிர வேறு என்ன யோசிக்க வேண்டியிருக்கிறது?’

‘விம்மிக்கென்று ஒரு தனி வாழ்க்கை இருக்கக்கூடும் என்பதை நீங்கள் ஒப்புக்கொள்ள மறுக்கிறீர்களா? உங்கள் மனைவி என்பதை ஒரு முழு நேர வேலை என்று நினைக்கிறீர்களா?’

‘நீ என்ன சொல்ல நினைக்கிறாய்? விம்மியையும் வேலைக்கு அனுப்ப வேண்டுமென்கிறாயா?’

‘விம்மி வேலைக்குப் போக விரும்புகிறாளா என்பது பற்றி எனக்குத் தெரியாது. ஆனால் அவள் ஓர் எளிய, மனச்சிக்கல் இல்லாத பெண்ணாக எனக்குப்படவில்லை. அவள் சமூக நியதிக்காக உங்களுடன் தன்னை ஐக்கியப்படுத்திக் கொண்டிருக்கலாம். ஆனால் அவளுக்குள் இன்னொரு விம்மி இருக்கிறாள் என்று எனக்குத் தோன்றுகிறது.’

‘உனக்குள் இருக்கும் இன்னொரு ராதிகா யார்?’

‘நான் எனக்காக வாழ்கிறேன். மற்றவர்களுக்காக, நான் வாழ விரும்புகின்ற முறையை மாற்றி அமைத்துக் கொள்ள முயலவில்லை... ரமேஷ் ஆட்சேபித்திருந்தால் நாங்கள் என்றோ பிரிந்திருப்போம்...’

‘ரமேஷ் உன் வாழ்க்கையில் குறுக்கிடவில்லை என்பதைவிட, உன்னைப்பற்றிக் கவலைப்படவில்லை என்றுதான் எனக்குத் தோன்றுகிறது’ என்றான் அருண்.

'எப்படி வேண்டுமானாலும் வைத்துக்கொள்ளுங்கள். நாங்கள் சந்தோஷமாக இருக்கிறோம்.'

'உன் சுதந்தரம் உனக்கு அலுப்பைத் தரவில்லையா?'

'வாழ்க்கை என்பது ஒரு சுவாரஸ்யமான விஷயம்... அநாவசியக் கட்டுப்பாடுகள் தனக்குத்தானே விதித்துக்கொண்டு, ஒரே பாதையில் சென்றால் ஆயாசம்தான்... ஏதாவது ஒன்றை எதிர் பார்த்துக் கொண்டே அது எது என்று தெரிய அவசியமில்லை. ஆச்சரியங்களுக்காகக் காத்துக் கொண்டிருந்தால், அதைப் போன்ற சுவாரஸ்யமான வாழ்க்கை வேறு எதுவும் இருக்க முடியாது... இப்படி வாழ்வதுதான் உண்மையான சுதந்தரம்... அது அலுப்பைத் தருமென்று நினைக்கிறீர்களா?'

அருண் சிறிது நேரம் அவளை மௌனமாக உற்றுப் பார்த்துக் கொண்டிருந்தான். பிறகு சொன்னான்: 'லெட் அஸ் கோ பேக் டு சபர்வாலா.'

அத்தியாயம் – 3

வாசல் மணியின் ஸ்வரங்கள் சிதறின.

சோபாவில் சாய்ந்து கொண்டு அரைத்தூக்கத்தில் ஆழ்ந்திருந்த விம்மி எழுந்திருந்தாள்.

இதற்குள் பூர்ணிமா வாசலுக்குச் சென்று கதவைத் திறந்தாள்.

மிஸஸ் பனோட்.

'என்ன விம்மி, தூக்கமா? புறப்பட வில்லையா?'

விம்மியின் ஞாபகத்துக்கு வந்தது. இன்டர்நேஷனல் சென்டருக்குப் போக வேண்டும். அருண் சிநேகிதர் களுடைய மனைவிகளுடன் மாதந் தோறும் ஒரு முறை செய்தாக

வேண்டிய சடங்கு. மத்தியானம் சிற்றுண்டி, வம்பளப்பு - அவளுக்குப் பிடிக்காத காரியம்; அருணுக்காகச் செய்தாக வேண்டும். இல்லாவிட்டால், அவளை அன்-சோஷியல் என்று சொல்லி விடுவார்களாம்.

'ஐந்து நிமிஷம் கொடுங்கள். புறப்பட்டு விடுகிறேன்' என்று கூறிக்கொண்டே உள்ளே சென்றாள்.

அவள் மாற்றுடை தரித்துக் கொண்டு வெளியே வந்ததும், மிஸஸ் பனோட் சொன்னாள்: 'லவ்லி... நாங்களெல்லாம் அரைமணி நேரம் மேக்அப் செய்து கொண்டால்தான் பார்ப்பதற்குச் சற்று சுமாராக இருப்போம். நீங்கள் எப்படி வந்தாலும்...'

'போகலாமா?'

மிஸஸ் பனோட் சொல்வது வாஸ்தவம்தான். ஐம்பது வயதில் இவளுக்கு எவ்வளவு மேக்அப்! இயற்கையை வெல்ல என்ன தீவிரமான பிரயத்தனங்கள்!

அவள் காரில் போய் உட்கார்ந்தாள். மிஸஸ் பனோட் காரைக் கிளப்பினாள்.

இன்னும் இரண்டு மணிநேரம் இவர்களுடன் சந்தோஷமாக இருப்பதுபோல் காட்டிக்கொள்ளவேண்டும். மிஸஸ் மல்ஹோத்ரா அடிக்கப் போகின்ற ஜோக்குகளுக்கெல்லாம் சிரித்தாக வேண்டும். மிஸஸ் மல்ஹோத்ரா, அருண் வேலை பார்த்த தொழில் நிறுவனத்தின் துணைத் தலைவரின் மனைவி. ஒவ்வொரு தடவையும், சொன்ன ஜோக்குகளையே திருப்பிச் சொல்வாள்... இவர்களால் எப்படிச் சகித்துக் கொள்ள முடிகிறது?

சென்டரில் இவர்கள் உட்காருவதற்கென்று இடம் ரிசர்வ் ஆகியிருக்கும். ஒவ்வொருவரும் எங்கே உட்கார வேண்டும் என்ற கட்டுப்பாடு வேறு... 'மை காட் ஹௌ ஐ ஹேட் திஸ்!'

லௌஞ்சில் நுழைந்ததும், அதற்குப் பொறுப்பாக இருந்த வீரேந்தர் அவர்களைப் பார்த்துப் புன்னகை செய்தான்.

எல்லோரும் அவரவர் இடத்தில் உட்கார்ந்து கொண்டிருந் தார்கள்.

'யு ஆர் லேட்' என்றாள் மிஸஸ் மல்ஹோத்ரா.

வீரேந்தர், மெனு கார்டைக் கொண்டு வந்து வைத்தான். கையில் குறிப்புப் புத்தகத்தையும் பென்சிலையும் எடுத்து வைத்துக் கொண்டான்.

'எனக்குக் காபி போதும்' என்றாள் விம்மி.

'நோ... மை டியர்... திஸ் ஈஸ் அன்ஃபேர்... நாங்கள் வரிந்து கட்டிக்கொண்டு சாப்பிடப் போகிறோம். நீங்கள் மட்டும் இதை வேடிக்கை பார்த்துக் கொண்டு காபி குடிப்பது நியாயமா?' என்று கேட்டாள் மிஸஸ் கன்வர்.

'எனக்குப் பசியே இல்லை.'

'ஓ! கன்கிராட்ஸ்... இது எந்த மாதம்!' என்றாள் மிஸஸ் மேஹரா.

எல்லோரும் சிரித்தார்கள். விம்மியின் முகம் லேசாகச் சிவந்தது. நாணத்தால் அல்ல. 'வில் யு ஷட் அப்?' என்று கத்தவேண்டும் என்ற ஆவேசம். சமாளித்துக் கொண்டாள்.

'யு ஆர் ராங்... இப்பொழுதுதான் நன்றாகப் பசிக்கும்... உங்களுக்கு மறந்துபோய் விட்டது போலிருக்கிறது. மிஸஸ் மேஹரா, உங்கள் கடைசிப் பெண்ணுக்குப் பதிநான்கு வயது ஆகிறது அல்லவா!' என்றாள், மிஸஸ் சாக்ஸானா.

'கடைசி என்று எப்படிச் சொல்ல முடியும்?' என்றாள் மிஸஸ் தல்வார்.

மறுபடியும் சிரிப்பலைகள்.

'எனக்கு ஒரு ஜோக் ஞாபகத்துக்கு வருகிறது' என்றாள் மிஸஸ் மல்ஹோத்ரா.

'சொல்லுங்கள்' என்று இரண்டு மூன்று குரல்கள்.

வீரேந்தர் குரலை லேசாகக் கனைத்துக் கொண்டான்.

'எனக்குக் காபி மட்டும் போதும் வீரேந்தர்' என்றாள் விம்மி உறுதியான குரலில்.

'ஓகே... எனக்கு சைனீஸ் சூப்... கோஃப்தா... மஷ்ரூம் ஆன் தி டோஸ்ட்... காபி...' என்றாள் மிஸஸ் பனோட்.

வீரேந்தர் எழுதிக் கொண்டான்.

மற்றவர்களும் அவரவர்களுக்கு வேண்டியவற்றைச் சொன்னார் கள்.

'ஜோக், தி ஜோக்... மிஸஸ் மல்ஹோத்ரா' என்றாள் மிஸஸ் தல்வார்.

'அமெரிக்கப் பெண் ஒருத்தி லண்டனுக்கு வேலை விஷயமாகப் போயிருந்த அவள் கணவனுக்கு, அன்று அவன் பிறந்த நாள் என்பதால் பத்து பாஷை பேசும் ஒரு கிளியைப் பரிசாக அனுப்பி னாளாம். அந்தக் கிளியை நண்பர்களிடம் காண்பித்துத் தனக்குப் பாராட்டு அனுப்பப் போகிறான் என்று அவள் காத்திருந்தாள். அவன் அவளுடன் ஃபோனில் தொடர்பு கொண்டு சொன்னா னாம்... 'இட் வாஸ் வெரி டெலிஷியஸ்... டார்லிங்...'

எல்லோரும் வாய்விட்டு உரக்கச் சிரித்தார்கள். இந்த ஜோக்கை விம்மி பத்திரிகைகளிலேயே நான்கைந்து தடவை படித்திருக் கிறாள். மிஸஸ் மல்ஹோத்ரா சொல்வது இது மூன்றாவது தடவை.

விம்மி புன்னகை செய்தாள்.

அந்த ஹாலில் உட்கார்ந்திருந்த மற்றவர்கள், அவளை உற்றுப் பார்த்தார்கள். அப்படி அவர்கள் பார்த்தது விம்மிக்குக் கொஞ்சம் கஷ்டமாக இருந்தது.

'சிங்கப்பூரில் குரங்கு மாமிசம் சாப்பிடுகிறார்கள்... ஒருவருக்கு எந்தக் குரங்கு வேண்டும் என்பதற்காகக் கூண்டில் குற்றுயிரும் குலை உயிருமாக அடைக்கப்பட்ட ஐந்தாறு குரங்குகளைக் கொண்டு வந்து காண்பிப்பார்கள்' என்றாள் மிஸஸ் ஜெயின்.

'பலர் உள்ளம் குற்றுயிரும் குலையுயிருமாக இருக்கும்போது பார்க்க வேதனைப்படும். சமைத்த பிறகு சமாதானமடைந்து விடும்' என்றாள் மிஸஸ் மல்ஹோத்ரா, 'ஏ குட் ஒன்...' என்று கூறிக் கொண்டே மறுபடியும் பெரிய ஆரவாரம்.

'நம் நாட்டில் குரங்கு மாமிசம் சாப்பிட முடியாது... ஹனுமான்ஜி' என்று சொன்னாள், அதுவரை பேசாமலிருந்த மிஸஸ் அக்னி ஹோத்ரி.

'அப்படிப் பார்க்கப் போனால், நம் நாட்டில் எந்த மாமிசத்தை யுமே சாப்பிட முடியாது. எல்லா மிருகங்களையும் பறவைகளை

யுமே தெய்வங்களாகவோ அல்லது தெய்வாம்சம் பொருந்தியவையாகவோ ஆக்கி விட்டார்கள்' என்று சொல்லிவிட்டுச் சிரித்தாள் மிஸஸ் கன்வர்.

'அவற்றைச் சாப்பிடுவதனால் நமக்கும் தெய்வத்தன்மை வந்து விடும் என்ற காரணத்தாலிருக்கலாம்' என்றாள் மிஸஸ் மேஹரா.

'விம்மிக்குத் தெய்வத்தன்மை வருவதற்கு வாய்ப்பே இல்லை. ஷி ஈஸ் எ வெஜிடேரியன்' என்றாள் மிஸஸ் பனோட்.

'நான் ஒரு சாதாரணப் பெண்ணாகவே இருக்க விரும்புகிறேன்' என்றாள் விம்மி.

'ஆனால் நீங்கள் ஒரு தெய்வீகப் புருஷனைத் திருமணம் செய்து கொண்டிருக்கிறீர்கள். அருண் சாப்பிடாத மாமிசமே கிடையாது. இன்க்லூடிங் பீஃப்...' என்றாள் மிஸஸ் ஜெயின்.

'என்னதான் சொல்லுங்கள். எனக்கு பீஃப் சாப்பிட மனசு வரவில்லை... அனில் எத்தனையோ தடவை வற்புறுத்தினார். ஐ ஸெட் நோ...' என்றாள் மிஸஸ் பனோட்.

'நீங்கள் ஒருவர்தானா? இங்கு யாருமே பீஃப் சாப்பிடுவதில்லை. நான் சொல்வது சரிதானே?' என்றாள் மிஸஸ் தல்வார்.

சிறிது நேரம் அங்கு அமைதி நிலவியது. மிஸஸ் தல்வாரின் கூற்றை ஏற்றோ அல்லது மறுத்தோ ஒருவரும் பேசவில்லை.

பேச்சு ஐந்தாறு நாள்கள் முன்பு நடந்த அழகுப் போட்டியைப் பற்றித் திரும்பியது.

'மிஸஸ் மல்ஹோத்ரா இன்று போட்டியில் கலந்துகொண்டால் கூட ஜெயித்து விடுவார்' என்றாள் மிஸஸ் தல்வார்.

'டோன்ட் பி ஸில்லி' என்று முகத்தில் பெருமை பொங்க இதை நிராகரித்தாள் மிஸஸ் மல்ஹோத்ரா.

'மிஸஸ் தல்வார் சொல்வது வாஸ்தவம்தான். ஒரு மாதம் பட்டினி கிடந்து எலும்பும் தோலுமாகக் காட்சியளித்தால்தான் அதை அழகு என்கிறார்கள்... இக்காலத்தில்' என்றாள் மிஸஸ் மேஹரா.

மிஸஸ் மேஹராவின் கோபம் நியாயமானது என்பது அவள் உடம்பைப் பார்த்தால் தெரிகிறது என்று தோன்றிற்று விம்மிக்கு.

சொல்லப்போனால் இங்கு இருக்கிற எல்லோருக்குமே இதைப் பற்றிய கோபம் நியாயமானதுதான்.

'என்னைக் கேட்டால், விம்மி இந்த அழகுப் போட்டியில் கலந்து கொண்டிருக்கலாம். சுலபமாக அவளுக்கு லாக் ஓவர் கிடைத் திருக்கும்' என்றாள் மிஸஸ் மல்ஹோத்ரா.

'அருண் சம்மதிக்க மாட்டார்... விம்மி அவருடைய பிரத்யேக உடைமை' என்றாள் மிஸஸ் பனோட் சிரித்துக் கொண்டே.

விம்மி தன் எரிச்சலைச் சமாளித்துக்கொண்டு புன்னகை செய்தாள்.

'ராதிகாவைப் பற்றி நீங்கள் என்ன நினைக்கிறீர்கள்?' என்று திடீரென்று கேட்டாள் மிஸஸ் ஜெயின், மிஸஸ் மல்ஹோத்ரா விடம்.

'அவள் அறிவைப்பற்றி நினைக்கும்போது, அவள் அழகு நினை வுக்கு வருவதில்லை என்பார் என் கணவர்... ஆபீஸில் அரு ணுக்கு அடுத்தபடியாக அவள்தான் கெட்டிக்காரி என்கிறார்கள்.'

'அறிவு என்று சொல்ல முடியாது... திறமை என்று சொல்லலாம். ஆள்களை எப்படிச் சமாளிப்பது என்று அவளுக்குத் தெரியும் என்று என் கணவர் சொல்லுவார்' என்றாள் மிஸஸ் மேஹரா.

'யு மீன்...' என்று சொல்லிவிட்டு விஷமமாகச் சிரித்தாள் மிஸஸ் தல்வார்.

'டோன்ட் பி நாஸ்டி' என்றாள் மிஸஸ் மல்ஹோத்ரா புன்னகை யுடன்.

சிற்றுண்டிகள் வந்தன.

'நோ ரிக்ரட்ஸ்?' என்று விம்மியைக் கேட்டாள் மிஸஸ் மேஹரா.

'நோ' என்று சொல்லிக்கொண்டே காபியைக் கலந்து கொண் டாள் விம்மி.

இவர்களுக்கு ராதிகாவைக் கண்டால் என்ன பொறாமை என்று தோன்றிற்று விம்மிக்கு.

விருந்துகளில் ராதிகா இவர்களுடன் அதிகம் பேசுவதில்லை. ஆண்களுடன் சரிநிகர் சமானமாக அவர்கள் விவாதிக்கும் எல்லா

விஷயங்களிலும் அவளால் பங்கு கொள்ளமுடியும். அவளுடைய வெளிப்படையான போக்கும், போலித் தனங்களிலும் பாவனை களிலும் தன்னைக் கட்டுப்படுத்திக் கொண்டு வேஷங்களை வழிபடும் தன்மை அவளுக்கில்லை என்பதும் இவர்களுக்கு அவள்பால் ஒரு பொறாமை உணர்ச்சியைத் தூண்டியிருக்கிறது.

அப்பொழுது, சென்டரின் சுறுசுறுப்பான காரியதரிசி ராமச்சந்தி ரன் தனியாக உட்கார்ந்து காபி குடித்துக் கொண்டிருப்பதை விம்மி பார்த்தாள். அவனும் அவளைப் பார்த்துவிட்டுப் புன்னகை செய்தான்.

இந்த இடத்தைவிட்டு எழுந்துபோனால் தேவலை என்று விம்மிக்குத் தோன்றிற்று.

'ஜஸ்ட் எ மினிட்' என்று சொல்லிக்கொண்டே அவள் ராமச்சந்தி ரன் உட்கார்ந்திருந்த இடத்தை நோக்கிச் சென்றாள்.

ராமச்சந்திரன் எழுந்து அவளை வரவேற்றான். 'ஹௌ ஆர் யு மிஸஸ் அருண்?'

'ஃபைன்...' என்று சொல்லிக்கொண்டே அவனெதிரே உட்கார்ந் தாள் விம்மி.

ராமச்சந்திரனும் உட்கார்ந்தான். ஹாலின் ஓரமாகத் தனியாக உட்கார்ந்திருந்த ஒருவரைப் பார்த்துக் கையை ஆட்டினான்.

விம்மி அவன் கையை ஆட்டிய திசையை நோக்கினாள். அவனைப் பல தடவை பார்த்திருக்கிறாள். தனியாகத்தான் வருவான். எப்பொழுதும் அதுதான் அவன் இடம். அந்த இடம் காலியாக இல்லாவிட்டால் போய்விடுவான்.

அவனை யாராலும் கவனிக்காமல் இருக்க முடியாது. இரண்டடி உயரம். கோணல் மாணலான விசித்திர உருவம். முதுகில் ஒரு பெரிய கூன், அதி தீட்சண்யமான கண்கள்.

'யார் இவன்? அடிக்கடி இவனை இங்கே பார்க்கிறேன்...' என்றாள் விம்மி.

'தெரியாதா உங்களுக்கு? நம்மூர்க்காரர்தான். தாமோதரன்... ஃபன்டாஸ்டிக் ஆர்டிஸ்ட்... இவரோட அப்பா அம்மா எல்லோ ரும் டெல்லியிலேதான் இருந்தார்கள்; அஞ்சாறு வருஷத்துக்கு

முன்னாலேதான் பெங்களூர் போய் செட்டில் ஆயிட்டாங்கன்னு நினைக்கிறேன். அப்பா ஐ.ஸி.எஸ். இவர் இங்கே இருக்கார் தனியா... மை காட், எவ்வளவு படிச்சவர் தெரியுமா; இவருக்குத் தெரியாத விஷயமே ஒண்ணும் கிடையாது. எ ரியலி ஃபேபுலஸ் பர்ஸன்.'

'பார்க்கலாமா அவரை?'

'ஓ எஸ்... வாங்களேன், இன்ட்ரடியூஸ் பண்ணி வைக்கிறேன்...'

இருவரும் எழுந்து தாமோதரன் உட்கார்ந்திருந்த இடம் நோக்கிச் சென்றார்கள்.

'மிஸஸ் அருண்... மிஸ்டர் தாமோதரன்' என்று அறிமுகப்படுத்தி விட்டு உட்கார்ந்தான் ராமச்சந்திரன்.

தாமோதரன் எழுந்து கைகளைக் கூப்பிவிட்டு உட்கார்ந்தான்.

'உங்களைப் பற்றி இவர் சொன்னார். பார்க்கணும்னு தோணித்து' என்றாள் விம்மி.

'எல்லோருக்கும் என்னைப் பார்க்கணும்னு தோணறதிலே ஆச்சரியமில்லே...' என்றான் தாமோதரன் சிரித்துக்கொண்டே.

'நோ, நோ... ஐ மீன்...'

'எஸ். எஸ்... ஐ நோ யு டோன்ட் மீன் எனிதிங். கஷ்டப்படாதீங்க... காபி குடிக்கிறீங்களா?'

'வேணாம்... இப்பத்தான் குடிச்சேன்.'

'வித் தட் க்ரௌட்?'

'ஆ... மா... ம்...' என்று ஒரு விதக் குற்ற மனப்பான்மையுடன் ஒப்புக் கொண்டாள் விம்மி.

'வொய் அபாலிஜிடிக்?' என்றான் தாமோதரன் புன்னகையுடன்.

'நோ... நோ... ஐ மீன்... என் சுபாவம் வேறெங்கிறதுக்காகச் சொன்னேன்.'

'உங்களோட சுபாவம் என்ன?'

தாமோதரன் காபியைப் பருகினான்.

'மிஸ்டர் அருண் ஒரு பெரிய பிஸினஸ் எக்ஸிக்யூடிவ்... அவருக்காக நான்...'

'இவங்களோட பழக வேண்டியிருக்கு. அப்படித்தானே!' என்றான் தாமோதரன்.

'ஆமாம்... என் இன்ட்ரெஸ்ட் லிட்ரேச்சர், பெயிண்டிங் இந்த மாதிரிதான்... நீங்க பெரிய ஆர்ட்டிஸ்ட்னு ராமச்சந்திரன் சொன்னார்... அதனாலேதான் உங்களைப் பார்க்கணும்னு தோணித்து.'

'நீங்க எழுதறதுண்டா? இல்லாவிட்டா பெயின்டிங்?'

'அதெல்லாம் ஒண்ணுமில்லே. என் லைஃப், பார்ட்டீஸ், அன்ட் பார்ட்டீஸ், மோர் பார்ட்டீஸ்னு போயிண்டிருக்கு... நான் எழுதுவேனா இல்லாட்டா எனக்குப் பெயிண்டிங் வருமான்னு யோசிக்கிறதுக்குக்கூட நேரமில்லே... இன்ஃபாக்ட் இதைப்பத்தியெல்லாம் நான் யாருக்கிட்டேயும் பேசினதுகூட இல்லே... உங்களைப் பார்த்ததும் உங்ககிட்டப் பேசணும்னு தோணித்து. இதுக்கு என்ன காரணங்கிறதும் எனக்குப் புரியலே... ஐ ஹோப் யு அண்டர்ஸ்டாண்ட்!'

தாமோதரன் சிறிது நேரம் பேசாமல் வேறு எங்கோ பார்த்துக் கொண்டு உட்கார்ந்திருந்தான். விம்மி இப்படிப் பேசியது ராமச்சந்திரனுக்கு ஆச்சரியமாக இருந்தது. அவன் அவளை உற்று நோக்கினான்.

'உங்களுக்கு நிஜமாகவே ஆற்றல் இருந்து, அது இன்னும் எக்ஸ்பிரஸ் ஆகலேன்னா அதுக்குக் காரணம் உங்களோட இப்பொழுதைய வாழ்க்கை, போதுமான அளவுக்கு இன்னும் உங்களுக்கு போர் அடிக்கலேன்னுதான் அர்த்தம்...' என்றான் தாமோதரன்.

'போர் அடிச்சாத்தான் இதெல்லாம் சாத்தியங்கறீங்களா?' என்று கேட்டான் ராமச்சந்திரன்.

'போர் அடிக்கணும். இல்லாட்டா ஏதாவது ஒரு விஷயத்திலே ஈடுபாடு ஏற்பட்டு, அதைச் செய்யணும்ங்கிற ஒரு வெறி பிடிக்கணும்...'

'எனக்கு எதிலே ஈடுபாடுன்னு எனக்கே தெரியாது... நான் ஒரு சராசரிங்கிறது மட்டும் எனக்குத் தெரியும்.'

‘சராசரியாயிருந்தா அந்தக் கூட்டத்திலேயிருந்து தப்பிச்சிண்டு இங்கே வந்திருக்க மாட்டீங்க... போர்டம் ஒரு பெரிய பிரச்னைதான். சித்தார்த்தன் புத்தரா மாறினதுக்கு அவனுக்கு ஏற்பட்ட போர்டந்தான் காரணம். போர்டத்திலே தப்பிச்சுக்கிற துக்குப் பல வழிகள் இருக்கு... எழுதலாம், படம் போடலாம், பாடலாம்... இது உங்களுடைய ஆற்றல் எப்படி வெளிப்படற துங்கறதைப் பொறுத்தது. ஆற்றல், இல்லாதவங்களுக்கு இல்லாட்டா, தங்களுடைய ஆற்றல் எதிலே இருக்குன்னு கண்டுபிடிக்கத் தெரியாதவங்களுக்குப் பைத்தியம் பிடிக்க லாம்... ஒரு பொண்ணு தன் மணிக்கட்டைக் கத்தியாலே வெட்டிண்டு, ரத்தம் வந்தவுடனே, சந்தோஷத்திலே ஒரேயடி யாகக் குதிச்சாளாம். ஒரு நல்ல கவிதை எழுதின மாதிரி சந்தோஷம்...’

‘நீங்க பெரிய ஆர்டிஸ்டா ஆனதுக்குக் காரணம் போர்டந்தானா? போர்டம் உங்களுக்கு எதனாலே ஏற்பட்டது?’ என்றான் ராமச்சந்திரன்.

‘எதனாலயா?’ என்று கேட்டுவிட்டு உரக்கச் சிரித்தான் தாமோ தரன். பிறகு நிதானமாக ஒரு சிகரெட்டைப் பற்ற வைத்துக் கொண்டான்.

‘லுக் அட் மி... நன்னாயிருக்கிறவங்களைக் கேலிச் சித்திரமாப் போடலாம். என்னை எப்படிப்போட முடியும்? ஒருவேளை நன்னா இருக்கிற மாதிரி போட்டா அது கேலிச் சித்திரமா இருக்கலாம். உமர்கய்யாம் படித்திருக்கிறீர்களா? ‘அந்த நாள் குயவன் கை ஆட்டத்தாலே நேர்ந்த பிழை’ - அது நான்தான்... நான் பொறந்ததே இப்படி... இப்படிப் பொறந்ததுக்கு ஒண்ணு நான் தற்கொலை பண்ணிண்டிருக்கணும், இல்லாட்டா, ‘ரிச்சர்ட் தி தேர்ட்’ மாதிரி கொலைக்கு மேலே கொலையா செஞ்சிருக் கணும்... என் வாழ்க்கை போரடிக்க வேற காரணம் எதுக்கு? என் உருவமே போறாதா? வாட் டு யு திங்க், மிஸஸ் அருண்?’ என்று கூறிவிட்டு, அவளைப் பார்த்துப் புன்னகை செய்தான் தாமோதான்.

விம்மி ஆடாமல் அசையாமல் அவனையே பார்த்துக்கொண்டு உட்கார்ந்திருந்தாள். அப்பொழுது அவளுக்கு அவன் உருவம் தெரியவில்லை. குரல்தான் கேட்டது.

அத்தியாயம் - 4

ராதிகா வீட்டுக்குச் சென்றபோது மணி ஒன்பது. அவளும் அருணும் சபர்வாலா வீட்டுக்குச் சென்று, அவருடன் பேசி முடிப்பதற்குள் நேரமாகி விட்டது.

சபர்வாலா அவர்களைக் கண்டதும் விஸ்கி பாட்டிலை எடுத்தார். அருண் முதலில் தயங்கினான்; ஆனால் காரியம் நடந்தாக வேண்டும். அவர் வழக்கப்படி ராதிகாவிடம் தம்முடைய கிரிக்கெட் திறமையைப் பற்றிச் சொல்லத் தொடங்கி விட்டார். அவர் என்ன செய்ய வேண்டும் என்று நடுநடுவே அருண் சொன்ன வற்றையும் அவர் காதில் போட்டுக் கொண்டார். அடுத்த மாதம் அவர் ஐரோப்பா செல்ல விரும்பினால், அதற்கான ஏற்பாடுகளைத் தனது

கம்பெனி செய்யும் என்பதை அருண் தெரிவித்தபோது, அதுவும் இயல்பாக நடக்க வேண்டிய ஒன்றுதான் என்பதுபோல் புன்னகையுடன் இந்த யோசனையை ஆமோதித்தார். காரியம் நடந்தேறி விட்டது என்று ராதிகா உணர்ந்தாள்.

அவள் வீட்டுக்குச் சென்றபோது, ராகுல் ஹாலில் உட்கார்ந்து கொண்டு ஏதோ ஒரு புத்தகம் படித்துக் கொண்டிருந்தான்.

'ஹலோ ராகுல்...'

'ஹலோ...'

அவன் புத்தகத்தினின்றும் தன் பார்வையை மீட்கவில்லை.

அவள் தன் அறைக்குச் சென்று உடைமாற்றிக் கொண்டு ஹாலுக்கு வந்தாள்.

'நீ சாப்பிட்டாயா?'

'ஹூம்...'

'அப்பா?'

'தெரியாது...'

அப்பொழுது அர்ஜுன் உள் பக்கத்திலிருந்து வந்தான்.

'சாஹேப் இன்னும் வரவில்லை.'

இச்செய்தி அவளுக்கு ஆச்சரியத்தைத் தந்தது. ரமேஷ் சாதாரணமாக ஆறு மணிக்கெல்லாம் வந்துவிடுவான். அவனுக்கு நண்பர்கள் என்று யாரும் இல்லை. சினிமாவுக்குப் போகும் பழக்கமும் கிடையாது. ஏன் இன்னும் வரவில்லை? -

'சரி... நான் சாப்பிடுகிறேன், அர்ஜுன்.'

ராகுல் எழுந்து தன் அறைக்குச் சென்றான்.

ரமேஷ் எங்கே போயிருப்பான்? அவள் வீட்டுக்குத் தாமதமாக வருவதென்பதுதான் இதுவரை நடந்து வந்திருக்கிறது. இப்பொழுது ரமேஷ் இன்னும் வரவில்லை என்பது அவ்வீட்டு மரபை மீறிய நிகழ்ச்சி.

'சாஹேப் ஃபோன் செய்தாரா?' என்று கேட்டாள் ராதிகா.

'இல்லை' என்றான் அர்ஜுன்.

அவள் சாப்பிட்டு முடித்த பிறகு ராகுலின் அறைக்குச் சென்றாள்.

அவன் கட்டிலில் படுத்துக்கொண்டு, கையிலிருந்த புத்தகத்தில் ஆழ்ந்திருந்தான்.

'அப்பா இன்னும் வரலேங்கறது உனக்கு ஆச்சரியமா இல்லே?'

'இல்லே.'

அவள் கட்டிலில் உட்கார்ந்தாள்.

'எங்கே போயிருப்பார்?'

'ஹௌ டு ஐ நோ?'

'ஏன் கேள்வி கேட்டு என் பிராணனை வாங்குகிறாய்?' என்ற அலுப்பு, குரலில் தெரிந்தது.

ராதிகா எழுந்து தன் அறைக்குச் சென்றாள்.

ரமேஷ் இன்னும் வரவில்லை என்பதா, இல்லாவிட்டால் நியதி, நெறி பிறழ்ந்துவிட்டது என்பதா? எது அவள் மனத்தை உறுத்து கிறது என்று அவளுக்கு நிச்சயமாகத் தெரியவில்லை.

கட்டிலில் படுத்ததும் அவளுக்குத் தூக்கம் வந்துவிட்டது.

திடீரென்று அவளுக்கு விழிப்பு வந்தது.

இப்பொழுது என்ன மணி இருக்கும்?

அவள் அருகிலிருந்த ட்ரெஸ்ஸிங் டேபிளில் வைத்திருந்த கடி காரத்தைப் பார்த்தாள், மணி ஐந்து.

அப்பொழுது அவளை இன்னொரு நினைவு தாக்கியது. ரமேஷ் இன்னும் வரவில்லை!

தாமதமாக வந்து ஒருவேளை ஹாலில் படுத்துக் கொண்டிருப் பானா?

அவள் கட்டிலை விட்டு இறங்கி ஹாலுக்குள் சென்று விளக்கைப் போட்டாள்.

ஹால் ஓரமாகப் படுத்துக் கொண்டிருந்த ஒரு கறுப்புப் பூனை சிலிர்த்துக்கொண்டு எழுந்து எந்தப் பக்கம் ஓடலாம் என்று யோசித்து, ஓரிரண்டு விநாடிகள் சிந்தித்தப் பிறகு, அவளைத் தாண்டி அது வேகமாக ஓடியது.

அவள் சோபாவில் உட்கார்ந்தாள்.

ரமேஷ் எங்கே போயிருக்கக்கூடும்? ஏதாவது ஆக்ஸிடெண்ட் ஏற்பட்டிருந்தால்? - ரமேஷ் நிதானமாகத்தான் கார் ஓட்டுவது வழக்கம். டெல்லியில் சாலை விதிகளை அனுசரிக்கின்றவர் களுக்குத்தான் விபத்து ஏற்படுகின்றது. அப்படி ஏற்பட்டிருந் தால், இதற்குள் நிச்சயம் செய்தி வந்திருக்கும்...

விபத்து என்று அவள் ஏன் நினைக்கவேண்டும்? பழைய சிநேகிதன் யாரையாவது பார்த்திருக்கலாம். அவன் வீட்டுக்குச் சென்று அதைக் கொண்டாடப் போய், அங்கேயே படுத்திருந் தானானால்? அவளால் இதை நினைத்துப் பார்க்க முடிய வில்லை. ரமேஷ் சுபாவத்துக்கு இது பொருந்தி வருவதாக அவளுக்குப் படவில்லை. நண்பர்களே இல்லாமல் எப்படி இருக்க முடியுமென்று அவனைப் பற்றி நினைக்கும் போதெல் லாம் அவள் யோசிப்பதுண்டு. ராகுல் இந்த விஷயத்திலும் அப்பா மாதிரி இருக்கிறானே என்பதுதான் அவள் வருத்தம்.

அவள் ஆபீஸ் விருந்தென்றால் வீட்டுக்கு வரும்போது மணி பன்னிரண்டாகிவிடும். ஆனால் ரமேஷ் ஒரு தடவைகூட அவள் ஏன் தாமதமாக வந்தாள் என்று கேட்டதில்லை. ஆரம்பத்தில் வற்புறுத்தி ஓரிரண்டு விருந்துகளுக்கு அழைத்து சென்றாள். அதற்குப் பிறகு அவன் வர மறுத்துவிட்டான். அவன் அவளோடு பேசினால் அல்லவா மற்றவர்களுடன் பேசுவதற்கு? வந்திருந்த அந்த ஓரிரண்டு விருந்துகளின்போதும் யாருடனும் பேச வில்லை. அவளுக்கு மிகவும் கஷ்டமாக இருந்தது.

அவன் அவள் விஷயங்களில் குறுக்கிடுவதில்லை; இப்பொழுது அவள் மட்டும் அவன் ஏன் இன்னும் வரவில்லை என்று ஏன் யோசித்துக்கொண்டு உட்கார்ந்திருக்க வேண்டும்?

அவள் அருணிடத்தில் நேற்று சொன்னாள்: 'நான் எனக்காக வாழ்கிறேன். மற்றவர்களுக்காக, நான் வாழ விரும்புகிற முறையை மாற்றி அமைத்துக் கொள்ள முயலவில்லை... ரமேஷ் ஆட்சேபித்திருந்தால், நாங்கள் இருவரும் என்றோ பிரிந்திருப் போம்...'

அவ்வாறு சொன்னவள், ரமேஷ் இன்னும் வரவில்லையே என்று ஏன் சிந்திக்க வேண்டும். ரமேஷிடத்தில் அவளுக்கு உணர்ச்சி பூர்வமான பிணைப்பு இருக்கிறது என்று அர்த்தமா?

இந்த நினைவு வந்ததும் அவள் முகத்தில் புன்னகை தோன்றிற்று. 'இட் ஈஸ் டூ ரிடிகுலஸ் ஈவன் டு திங்க்...' என்று தனக்குத்தானே சொல்லிக் கொண்டாள். கண்ணுக்குத் தெரிந்த ஒரு பாதையைத் தவிர வேறு பாதையே கிடையாது என்று தீவிரமாக நம்பும் ரமேஷிடம், அவளுக்கு எப்படி உணர்ச்சிபூர்வமான பிணைப்பு இருக்க முடியும்?

விம்மிக்கு அருணிடம் உணர்ச்சிபூர்வமான பிணைப்பு இருக் குமோ? அதைப்பற்றி அவள் எதற்காக இப்பொழுது கவலைப் படவேண்டும்? 'உன் அபிப்பிராயத்தைப்பற்றி எனக்கொண்ணும் தெரியாது, தெரிஞ்சுக்கணும்ங்கிற ஆசையும் இல்லே. ஆனா என் பெண்டாட்டியைப் பத்தி ஆபீஸ்லே விவாதிக்க நான் தயாரா யில்லே...' எவ்வளவு கர்வம், உதாசீனம்! அவனுடன் அவள் விம்மியைப் பற்றி விவாதித்திருக்கக்கூடாது.

ராதிகாவுக்குத் தன் அழகைப் பற்றிய நிச்சயமான பிரக்ஞை உண்டு. தன் அறிவு மட்டுமல்ல; அழகும் அவளுடைய முன்னேற்றத் துக்குக் காரணம் என்பதையும் அவள் உணர்ந்தவள்தான். ஆனால் இந்த அழகு, அருணை எந்த விதத்திலும் பாதிக்கவில்லை என்பது அவன் அடிக்கடி சொல்வதுபோல், அவன் தனக்குத்தானே விதித்துக் கொண்ட கட்டுப்பாட்டின் காரணமாகவா?

அருணுக்கு ஃபோன் செய்தால் என்ன? ரமேஷ் இன்னும் வரவில்லை என்று வேறு யாரிடம் சொல்வது?

அவள் எழுந்து ஃபோனருகே சென்றாள்.

சிறிதுநேரம் ஃபோன் அடித்துக்கொண்டே இருந்தது.

'எஸ்...' அருணின் குரல், ராதிகாவுக்கு ஆச்சரியமாக இருந்தது.

'ராதிகா பேசறேன்... வந்து...'

'மை காட்! என்ன ஆச்சரியம்!'

'எனக்கும் ஆச்சரியமாகத்தான் இருக்கு. விம்மிதான் ஃபோனை எடுப்பாள்னு நினைச்சேன்...'

‘விம்மிகிட்டே பேசணுமா?’

‘அப்படி இல்லை… நீங்க இவ்வளவு சீக்கிரம் எழுந்து வருவீங் கன்னு எதிர்பார்க்கலே… தி பாய்ண்ட் ஈஸ்… ரமேஷைக் காணோம்…’

‘வாட் டு யு மீன்?’

‘நேத்து ஆபீஸ் போனவர் இன்னும் வரல்லே…’

‘வரலியா… என்ன ஆச்சு?’

‘அதான் எனக்கும் புரியலே. இது ரொம்ப அன்யூஷுவலா இருக்கு…’

‘அவருடைய ஃப்ரெண்ட் யார் வீட்டுலயாவது… மே பி ஹி ஹாட் ஒன் டூ மெனி…’

‘அப்படி அவர் போகக்கூடிய ப்ரெண்ட்ஸ் யாரும் கிடையாது. அவர் குடிக்கிற வழக்கமுமில்லே… அருண், யு நோ ஹிம்.’

சிறிது நேரம் மௌனம்.

பிறகு கேட்டான்: ‘ஆக்ஸிடெண்டா இருக்குமோன்னு பயப் படறியா?’

‘ஐ டோண்ட் நோ…’

‘சரி… நான் அங்கே இப்போ வரேன். என்ன செய்யலாம்னு யோசிப்போம்…’

அவளுக்கு மற்றோர் ஆச்சரியம். அவளுடைய வீட்டுப் பிரச்னை யில் அக்கறை கொண்டு உதவி செய்ய வருகிறேன் என்கிறான்.

‘தேங்க் யூ… அருண்…’

ராகுல் அவள் ஃபோனில் பேசுவதைப் பார்த்துக் கொண்டு நின்றான்.

‘குட்மார்னிங், ராகுல்…’

‘அப்பா இன்னும் வரலியா?’

‘இல்லே…’

அவன் ஒன்றும் பேசாமல் சிறிது நேரம் ஏதோ யோசித்தபடி நின்றான். பிறகு கேட்டான்: 'நான் ஸ்கூலுக்குப் போகலாமில்லையா?'

'ஏன்? எதுக்காக இந்தக் கேள்வி கேக்கறே?'

'சும்மாத்தான் கேட்டேன்.'

அவன் போய்விட்டான்.

அவன் எதற்காக இந்தக் கேள்வி கேட்டான்? இதன் அர்த்தம் என்ன?

ராகுல் ஏன் இப்படி இருக்கிறான்? சிறு வயதிலிருந்தே வீட்டில் தனிமையைத் தவிர வேறொன்றும் அறியாத பையன் வேறு எப்படி இருக்க முடியும்?

அவளும் அப்படித்தான் வளர்ந்திருக்கிறாள். அப்பா ஒரு பேராசிரியர். அம்மா முதலில் ஏதோ ஓர் அரசியல் கட்சியில் இருந்துவிட்டு பிறகு சமூக சேவகியாகி, பிறகு ஞானோதயம் ஏற்பட்டதாகச் சொல்லி ஒரு மடத்தில் சேர்ந்து, அப்புறம் அவளைப் பற்றித் தகவலே இல்லாமல் போய்ச் சேர்ந்துவிட்டாள். அப்பாவுக்கு அவருண்டு, அவர் புத்தகங்கள் உண்டு. இவற்றைத் தாண்டிய உலகங்களை அவர் ஏறிட்டும் நோக்கவில்லை. அவளுக்குப் பதினெட்டு வயதானதும் படிப்பில் 'கெட்டிக்காரப் பையன்' ரமேஷுக்கு அவளைக் கல்யாணம் செய்து கொடுத்துவிட்டு, மறுபடியும் தம்முடைய புத்தக உலகில் சரண் புகுந்துவிட்டார். அவள் அப்போது திருமணம் செய்து கொள்ள மறுத்ததையும் அவர் காது கொடுத்துக் கேட்கவில்லை. தம் 'கடமை' தீர்ந்துவிட்டதென்ற சந்தோஷம்தான் அவருக்கு.

ஆனால் வீட்டில் அவள் அனுபவித்த தனிமை, சமூகத்திலிருந்து ஒதுங்கி வாழும்படியாக அவளைச் செய்து விடவில்லை. எல்லோருடைய கவனத்தையும் தான் ஈர்க்க வேண்டும் என்ற ஆசையைத்தான் தூண்டியது. ரமேஷ் அவளுடைய ஆசைக்குத் தடையாக எப்பொழுதும் இருந்ததேயில்லை. சொல்லப் போனால், அவன் அவளுடன் எதைப் பற்றியும் விவாதித்ததே கிடையாது. கணவன் - மனைவிக்கு இடையே சாதாரணமாக ஏற்படக்கூடிய சிறுசிறு சண்டைகள், சமாதானங்கள் எதுவுமே இல்லாத வாழ்க்கை. ஆனால், இதை 'நிம்மதியான வாழ்க்கை'

என்று சொல்லமுடியுமா? அமைதி சுடுகாட்டிலும் இருக்கலாம், சொர்க்கத்திலும் இருக்கலாம்.

'காபி கொண்டு வரட்டுமா?' என்றான் அர்ஜுன்.

'சாஹேப் நேற்று எத்தனை மணிக்கு ஆபீஸுக்குப் போனார்?'

'வழக்கம் போலத்தான்.'

'ஏதாவது சொன்னாரா?'

'இல்லை...' என்று சொல்லும்போது, அவன் குரலில் ஒரு தயக்கம் தெரிந்தது.

'அவர் போகும்போது ஏதாவது உனக்கு வேறுபாடாகத் தோன்றி யிருந்தால் சொல்லேன்...'

'வழக்கத்தைவிட, அவர் கையில் கொண்டுபோன பெட்டி சற்றுப் பெரிதாக இருந்தது.'

'ஊருக்குப் போகிற மாதிரியா?'

'இருக்கலாம்.'

'சரி... நான் பல் விளக்கிவிட்டுக் காபி குடிக்க வருகிறேன். ராகுல் என்ன செய்கிறான்?'

'பள்ளிக்கூடத்துக்குப் புறப்படுகிற மாதிரி தெரியறது.'

அவள் காலைக் கடன்களை முடித்துக்கொண்டு வரும்போது ராகுல் ப்ரெட்டைச் சுவைத்தவாறு தினசரித் தாளைப் பார்த்துக் கொண்டிருந்தான்.

அவனுக்கருகில் உட்கார்ந்திருந்தாள் ராதிகா.

'அப்பா நேத்துக் கொண்டுபோன பெட்டி பெரிசா இருந்ததுங் கறான் அர்ஜுன்.'

ராகுல் மௌனமாக இருந்தான்.

'ஊருக்குப் போயிருப்பாரோ? அதுவும் சொல்லாம கொள்ளாம... ஐ டோண்ட் அண்டர்ஸ்டாண்ட்...'

ராகுல் தினசரித் தாளைப் புரட்டினான்.

அர்ஜுன் அவளிடம் காபிக் கோப்பையைக் கொண்டு வந்து நீட்டினான்.

'நீ வீட்டை விட்டு எங்கும் போகவில்லையே? ஏதாவது ஃபோன் வந்திருந்தால்...'

'போகவில்லை... மெம் சா (ஹ)ப்...'

அர்ஜுன் அவள் வேறு ஏதாவது கேட்கக் கூடுமென்று சிறிது நேரம் அங்கேயே நின்று கொண்டிருந்தான்.

'சரி... நீ போ...'

'ஆல் ஸ்டேல் நியூஸ்...' என்று சொல்லிக்கொண்டே தினசரித் தாளை வீசி எறிந்தான் ராகுல்.

'அப்பா இன்னும் திரும்பி வரலியே, அதுதான் நியூஸ்...' என்றாள் ராதிகா.

'ஒருவேளை நீ திரும்பி வராமயிருந்தா அது நியூஸா இருந்திருக்க லாம்... பட்... அப்பா... ஐ டோண்ட் நோ' என்று சொல்லி விட்டுத் தோள்களைக் குலுக்கிக்கொண்டே ராகுல் எழுந்து சென்றான்.

அவள் எழுந்து அவன் அறையை நோக்கிச் சென்றாள்.

'ராகுல் நீ எதுக்கு அப்படிச் சொன்னே?'

அவன் அவள் பக்கம் திரும்பிப் பார்க்காமல், பள்ளிக்கூடம் போக ஆயத்தமாகிக் கொண்டிருந்தான்.

'ராகுல்... ஐ ஆம் ஆஸ்கிங் யு ஏ கொஸ்ட்டின்.'

அவன் அலமாரியைத் திறந்து கோட்டை எடுத்துப் போட்டுக் கொண்டான். கண்ணாடி எதிரில் டையைச் சரி செய்தான்.

'ராகுல்... நீ என் பொறுமையைச் சோதிக்கறே...'

'நான் என்ன சொல்லணும்ங்கிறே?'

'நீ எதுக்காக அப்படிச் சொன்னே?'

'அப்பா ஒரு கலர்லெஸ் பர்ஸன், அன்ட் ஐ ஹேட் ஹிம்...'

'அப்பாவைப் பத்தி இப்படிப் பேசலாமா?'

ராகுல் புன்னகை செய்தான்.

'எதுக்குச் சிரிக்கிறே?'

'எனக்கு ஆச்சரியமா இருக்கு... எப்போ உனக்கு அப்பா பேரிலே இவ்வளவு மரியாதையும் மதிப்பும் வந்ததுன்னு... நீ என்ன சொல்றேன்னு உனக்கே புரியறதா?'

'டோண்ட் பாதர் அபௌட் மீ... ரமேஷ் உன்னுடைய அப்பா... அவரைப் பற்றி நீ இப்படிப் பேசக்கூடாது...'

ராகுலின் முகம் சிவந்தது. அவன் கையிலிருந்த புத்தகங்களை வீசி எறிந்தான். அவனை அப்பொழுது பார்க்க ராதிகாவுக்குப் பயமாக இருந்தது.

அவன் அவளிடமிருந்து விலகிச் சற்றுத் தூரத்தில் போய் நின்று கொண்டான்.

'நான் ஒண்ணு சொல்லட்டுமா? யு மே நாட் லைக் இட்' என்றான் ராகுல்.

'என்ன?'

'அப்பா என்கிட்டே ஒண்ணு சொன்னார். அது உண்மையா இல்லையான்னு எனக்குத் தெரியாது பட் அன்னிலேந்து. அவர்கிட்டே எனக்கு இருக்க வேண்டிய மரியாதை, மதிப்பு எல்லாம் போயிடுத்து. ஹி ஈஸ் எ கவர்ட்... ஒரு பயந்தாங் கொள்ளியைப் போய் அப்பான்னு சொல்லிக்க எனக்கு வெட்கமா இருக்கு...'

'என்ன சொன்னார்?'

'ரமேஷ் உன் அப்பான்னு சொன்னியே, அதைப் பத்தி அவருக்கே சந்தேகம்...'

ராதிகாவின் கன்னத்தில் யாரோ பளீரென்று அறைவது போலிருந் தது. இந்த அதிர்ச்சியின் வேகம் தாங்காமல் அவள் நாற்காலியில் உட்கார்ந்தாள்.

அத்தியாயம் - 5

'நீ சொன்ன விஷயங்களைவிட, நீ அழறேங்கறதுதான் எனக்கு அதிர்ச்சி யாயிருக்கு' என்றான் அருண்.

ராதிகா கட்டிலில் படுத்துக் கொண் டிருந்தாள். கண்களிலிருந்து பெரு கிய நீரை அவள் கட்டுப்படுத்திக் கொள்ள முயலவில்லை, அவ ளெதிரே கூடை நாற்காலியில் உட்கார்ந்திருந்தான் அருண்.

அவன் இவ்வாறு கூறுவதில் ஆச்சரி யமில்லை. நேற்றுத்தான் அவள் அனுபவித்து வரும் சுதந்தரத்தைப் பற்றியும் சந்தோஷத்தைப் பற்றி யும் அவனிடம் சொல்லிக் கொண் டிருந்தாள். இன்று அவள் அழப் போகிறாள் என்று அவன் எதிர் பார்த்திருக்கவே மாட்டான்.

அவள் அழுவதற்கு என்ன காரணம்? ராகுல் அவளிடமே நேரடி யாக இதைப்பற்றிப் பேசினான் என்பதனாலா, இல்லாவிட்டால் ரமேஷ் அவளைப்பற்றி ஓர் அபாண்டத்தைக் கூறினான் என்பத னாலா! ராகுல் சொன்னதுபோல் அவன் ஒரு கவர்ட்தான், சந்தேக மில்லை. ராகுல் பிறந்ததிலிருந்து இந்தச் சந்தேகம் அவன் மனத்தை அரித்துக்கொண்டே இருந்திருக்கிறது. தன் மீதே நம்பிக்கை இல்லாதவனை என்னவென்று சொல்வது? அவளை அப் பொழுதே கேட்டிருந்தானானால், இத்தனை வருஷங்கள் அவனு டன் வாழ்க்கை நடத்த வேண்டிய அவசியமே ஏற்பட்டிருக்காது...

இத்தனை வருஷங்கள் அவளுக்குத் தெரியாமலேயே ஒரு பொய்யை நிஜமென்று நம்பி அவள் வாழ்ந்து வந்திருக்கிறாள். 'அவள் வாழ்க்கையில் ரமேஷ் குறுக்கிடுவது இல்லை. அவளும் அவன் வாழ்க்கையில் குறுக்கிடுவது இல்லை. இதுதான் எங்கள் சந்தோஷத்துக்குக் காரணம், என்று எத்தனை பேரிடம் சொல்லி யிருக்கிறாள். அவளைப் பொறுத்தவரையில் அவள் சந்தோஷ மாகத்தான் வாழ்ந்திருக்கிறாள்... ஆனால் ரமேஷும் சந்தோஷ மாகத்தான் இருந்திருக்க வேண்டுமென்று அவள் நினைத்தது தவறு என்று உணர்கிறபோதுதான், எவ்வளவு பெரிய பொய்யான நம்பிக்கையுடன் அவள் வாழ்ந்திருக்கிறாள் என்று புரிகிறது. அப்படியானால் அவள் இதுவரை அனுபவித்து வந்த சந்தோஷமும் பொய்தான். ஒரு மானசீகத்தைக் கற்பித்துக் கொண்டு வாழ்ந்த வாழ்க்கை அர்த்தமற்றதுதான். சந்தேகமில்லை.

இனிமேல் ரமேஷ்கூட இருப்பது என்பது இயலாத காரியம். அவன் அவளை விட்டுப் போய்விட்டான் என்றால், அதுதான் அவன் அவளுக்குச் செய்யக்கூடிய பெரிய உதவி. ஆனால், ஆக்ஸிடெண்ட் என்றால்... தொந்தரவுதான். இது ஆக்ஸிடெண் டாக இருக்க முடியாது. பெரிய பெட்டியாக எடுத்துக் கொண்டு போனதாக அர்ஜுன் சொல்கிறான். அவன் அப்படித் திரும்பி வந்தாலும் அவள் அவனுடன் வாழ்க்கை நடத்துவதாக இல்லை.

'போலீஸுக்கு ஃபோன் செய்து ஏதாவது ஆக்ஸிடெண்ட்டைப் பத்தித் தகவல் வந்ததான்னு கேக்கலாம், ஒண்ணு. அடுத்தபடியா பத்துமணிக்கு மேலே, ரமேஷ் ஆபீஸுக்கு ஃபோன் பண்ணி...'

'நோ... ஐ ஆம் ஷ்யூர், இது ஆக்ஸிடெண்ட் இல்லே... என்னை பொறுத்தவரையிலும் தீர்மானம் பண்ணியாச்சு... ரமேஷோட என்னாலே இனிமே இருக்க முடியாது.'

'டோண்ட் பி ஸில்லி... ராகுல்கிட்டே அவர் அப்படிச் சொல்லி யிருப்பார்ன்னு என்ன நிச்சயம்? நான் சொல்றேன்னு நீ வித்தி யாசமா நினைச்சுக்கக்கூடாது. ராகுல் ஒரு நார்மல் சைல்டா எனக்குப் படலே. அப்படியே அவன் சொல்லியிருந்தாலும் இதைப் பத்தி அவர்கிட்டே நீ ஃப்ராங்கா பேசித்தான் முடிவு எடுக்கணுமே தவிர, இம்பல்ஸிவ்வா தீர்மானம் பண்றது தப்பு...'

'ராகுல் பொய் சொல்லமாட்டான். அவன் நார்மல் சைல்ட் இல்லேங்கிறதை நானும் ஒப்புக்கொள்கிறேன். நார்மல் சைல்டாக இருந்தா, அப்பா பேரிலே அனுதாபந்தான் வந்திருக்கும். பிள்ளை கிட்டேயே ஒரு அப்பன் இப்படிச் சொல்றானே, சந்தேகப்படற விஷயத்தை நேரே சந்திக்க முடியாத கோழைன்னு, அப்பா பேரிலே அவனுக்கு ஒரு வெறுப்பு ஏற்பட்டிருக்கிறதே, அவன் நார்மல் சைல்ட் இல்லேங்கறதைத்தான் காட்டறது... பட்...'

அருண் அவளை இடைமறித்தான். 'லிஸன் டு மீ. ரமேஷை நான் புரிஞ்சுண்ட வரையிலும் அவர் எப்பொழுதுமே இதைப் பத்தி... அதாவது அவர் மனத்திலே உண்டான சந்தேகத்தைப் பத்தி பேசி யிருக்க மாட்டார்னுதான் தோண்றது - யுவர் வே ஆஃப் லைஃப் அன்ட்...'

அவன் மேலே சொல்லத் தயங்கினான். அதைச் சமாளிக்க ஒரு சிகரெட்டைப் பற்றவைத்துக்கொண்டான்.

ராதிகா கையை நீட்டினாள். ஒரு கண நேரத்திற்குப் பிறகு அவன் பாக்கெட்டை அவளிடம் கொடுத்தான்.

அவளும் ஒரு சிகரெட்டைப் பற்ற வைத்துக் கொண்டாள்.

'வாட் ஈஸ் மை வே ஆஃப் லைஃப்?' என்று கேட்டாள் ராதிகா.

'இதான்' என்று அவள் சிகரெட் குடிப்பதைச் சுட்டிக்காட்டிக் கொண்டே புன்னகை செய்தான் அருண்.

'யு ஆர் எ கன்ஸர்வேடிவ், பேஸிக்கலி.'

'எஸ்... ஐ... ஆம்.. விம்மி உன் மாதிரி இருந்திருந்தா எனக்கு நிச்சயம் பிடிச்சிருக்காது...'

'என்ன பண்ணியிருப்பீங்க?'

'முதல்லே கல்யாணமே பண்ணியிருக்கமாட்டேன்.'

'கல்யாணம் ஆனப்புறம் தெரிஞ்சிருந்தா?'

'லுக்... ஹைபாதிடிகல் கேள்விகளுக்கெல்லாம் நான் பதில் சொல்லத் தயாரா இல்லை...'

'நீங்க இப்படி இருக்கிறது விம்மிக்குப் பிடிக்கலைன்னா?'

'விம்மி லைக்ஸ் மீ... இதைப் பத்தி எனக்குச் சந்தேகமில்லை...' என்று சொன்னான் அருண் ஓர் உறுதியான குரலில்.

'விம்மிக்கே சந்தேகமா இருந்தா?'

அருண் எழுந்திருந்தான். அவன் சிறிது எரிச்சலுடன் சொன்னான். 'லுக்...உன் பிரச்னையைப் பத்திப் பேசத்தான் நான் இங்கே வந்தேன். எனக்கொரு பிரச்னையுமில்லே... ஐ நோ விம்மி. அவ தன்னைப் பூரணமா என்னோட ஐக்கியப்படுத்திண்டுட்டா. இது அவளுக்கும் பிடிச்சிருக்கு... நாங்க சந்தோஷமா இருக்கறதுக்கும் இதுதான் காரணம். நான் இதுக்கு மேலே இதைப்பத்திப் பேசத் தயாரா இல்லே... உனக்கு உன் பிரச்னையைப் பொறுத்த வரையில் என் உதவி தேவையாயிருந்தா சொல்லு... இல்லேன்னா, டோன்ட் வேஸ்ட் மை டைம், ப்ளீஸ்...'

'ஐ, ஆம் ஸாரி. காலம்பறக் கூப்பிட்டு உங்க டயத்தை வேஸ்ட் பண்ணினது தப்புதான்... பட்... ராகுல் சொன்ன விஷயம்... இந்த டெவலப்மென்ட்டை நான் எதிர்பார்க்கலே... நௌ ஐ ஹாவ் டிஸைடட். ரமேஷோட நான் இருக்கப்போறதில்லே.'

'இஃப் யு ஆர் அப்ஸெட், நீ ஆபீஸுக்கு இன்னிக்கு வர வேணாம்...' என்று சொல்லிக்கொண்டே அறையை விட்டு வெளியே போக ஆயத்தமானான் அருண்.

'நோ... நான் ஆபீஸுக்கு வரேன்... அப்ஸெட்னு சொல்லிண்டு வீட்டிலே உட்கார்ந்திருந்தேன்னா, தோல்வியை ஒப்புக் கொண்ட மாதிரி...'

'எது வெற்றி, எது தோல்வின்னு எனக்குப் புரியல... ஓகே... பை பை.'

அருண் வீட்டை அடைந்தபோது, விம்மி ஏதோ புத்தகம் படித்துக் கொண்டிருந்தாள்.

அவன் தினசரித்தாளை எடுத்துக்கொண்டு சோபாவில் உட்கார்ந் திருந்தான்.

‘ராதிகாவைப் பத்தி நீ என்ன நினைக்கிறே விம்மி?’

விம்மி அவனைப் பார்த்துப் புன்னகை செய்தாள். பதில் கூறவில்லை.

‘எதுக்குச் சிரிக்கிறே?’

‘இதான் முதல் தடவை, நீங்க என் அபிப்பிராயத்தைக் கேக்கறது’ என்றாள் விம்மி.

அருண் அவளை ஆச்சரியத்துடன் நோக்கினான்.

‘எதுக்கு அப்படிப் பார்க்கிறீங்க?’

‘நீ சொல்றது எனக்கும் புரியலே... இதுவரையிலும் உன்னோட அபிப்பிராயத்தை நான் கேட்டதே இல்லையா?’

‘இல்லே... அது கிடக்கட்டும், ராதிகாவைப் பத்தி எதுக்காக என்னிடம் அபிப்பிராயத்தைக் கேக்கறீங்க?’

‘ரமேஷ் அவளை விட்டுப் போயிட்டான்னு அவ நினைக்கிறா... ஆனா அதைப் பற்றி அவ கவலைப்படலே... ரமேஷ், ராகுல் கிட்டே ஏதோ சொல்லியிருக்கான்... அதான் அவளை ரொம்பக் கஷ்டப்படுத்தியிருக்கு...’

‘என்ன சொன்னாராம்?’

அருண் சிறிது நேரம் பேசாமலிருந்தான். பிறகு சொன்னான்: ‘நீ உன்னை என்னோட பரிபூரணமா ஐக்கியப் படுத்திண்டுட்டேன்னு நான் ராதிகாகிட்டே சொன்னேன்... நான் சொன்னது தப்பா?’

‘ரமேஷ் ராகுல்கிட்டே என்ன சொன்னாராம்?’

‘என் கேள்விக்கு நீ பதில் சொல்லலலே.’

‘நான் என்ன பதில் சொல்லணும்னு நீங்க எதிர்பார்க்கிறீங்க?’

‘ஏன்?’

‘நீங்க எதிர்பார்க்கிறதைச் சொல்லிட்டா, உங்களுக்குத் திருப்தியா இருக்குமில்லையா?’

அருண் அவளைச் சிறிது நேரம் உற்றுப் பார்த்தான். பிறகு தினசிரித் தாளைப் படிக்கத் தொடங்கினான்.

'ஏன், ஒண்ணும் பேசாம பேப்பர் படிக்க ஆரம்பிச்சுட்டீங்களே?'

அருண் தினசரித் தாளை விட்டெறிந்துவிட்டு அவளருகே வந்து நின்றான்.

'நீ சொல்றது, செய்யறது எல்லாம் என் திருப்திக்குத்தானா? உனக்கு இதிலே எந்தவிதமான கன்விக்ஷனும் கிடையாதா?'

விம்மி பதில் கூறவில்லை.

'விம்மி... சொல்லேன்...' அவன் ஏன் இப்படி இறைஞ்சும் குரலில் கேட்கிறானென்று அவளுக்குப் புரியவில்லை.

'இப்போ அதுக்கு என்ன? ரமேஷ் ராகுல்கிட்ட என்ன சொன்னா ராம்?'

'ஹெல் வித் ராதிகா அண்ட் ரமேஷ் நான் கேட்கிற கேள்விக்கு நீ பதில் சொல்.'

திடீரென்று அவனுக்கு ஏற்பட்ட கோபம் அவளை ஆச்சரியத்தில் ஆழ்த்தியது. அது அவளுக்கு ஒரு புதிய அனுபவம்.

'ஏன், ராதிகா வீட்டிலே என்ன நடந்தது? இவ்வளவு கோபத் தோட நீங்க பேசி நான் பார்த்ததே இல்லை...'

அருணுக்குத் தான் அப்படிக் கத்தியிருக்கக்கூடாது என்று தோன்றியிருக்க வேண்டும்.

'ஐ ஆம் ஸாரி விம்மி' என்று சொல்லியவாறு அவன் மறுபடியும் சோபாவில் உட்கார்ந்து கொண்டான்.

இவனுக்குத் திடீரென்று இவ்வளவு கோபம் வந்ததுக்கு என்ன காரணம்? அவள் அவன் கேட்ட கேள்விக்குப் பதில் சொல்லத் தயங்கியது அவனுக்குப் பெரிய அதிர்ச்சியைத் தந்திருக்கிறது. 'உங்களுக்கு நிஜமாகவே ஆற்றல் இருந்து அது இன்னும் எக்ஸ்பிரஸ் ஆகலேன்னா அதுக்குக் காரணம், உங்களுடைய இப்போதைய வாழ்க்கை. போதுமான அளவுக்கு இன்னும் உங்களுக்கு போர் அடிக்கலேன்னுதான் அர்த்தம்?' தாமோதர னின் குரல் அவளுக்குள் சன்னமாக ஒலித்தது.

போர் அடிக்கவில்லையா? தன்னைப் பற்றியன்றி வேறு நினைவேயில்லாத ஒரு மெகலோமானியாக்குடன் இத்தனை

வருஷங்கள் அவள் வாழ்க்கை நடத்திக் கொண்டிருப்பது அவளுக்கு போர் அடிக்கவில்லையா? அவள் தன்னை அவனு டன் பூரணமாக ஐக்கியப்படுத்திக் கொண்டு விட்டாள் என்று ராதிகாவிடம் அவன் பெருமையாகக் கூறியிருக்கிறான். இந்தக் கூற்றின் உண்மை விவாதத்துக்குரியது என்ற நிலைமை உருவாகி விட்டதோ என்று எண்ணும்போது, சுருதி பிசகாத வாழ்க்கையில் அபஸ்வரம் ஒலித்துவிட்டதுபோல் அவன் சீற்றம் கொண்டதில் ஆச்சரியமில்லை. இது அவனுடைய அசாத்திய தன் முனைப் புக்குச் சவால்... அவன்மீதுள்ள எல்லையற்ற ஈடுபாட்டின் காரணமாக அவளே விரும்பி, அவன் அடிமையாக இருக்கிறாள் என்று அவன் தனக்குத்தானே கற்பித்துக் கொண்ட மானசீகம், பொய்யாகிவிட்டதுதான் அவனுக்கு எரிச்சல் ஊட்டியது.

ஏதாவது ஒரு சமயத்தில் அவள் அவனுக்குத் தன்னை வெளிப் படுத்திக் கொண்டுதான் ஆகவேண்டும், அது ஏன் இந்தச் சந்தர்ப் பமாக இருக்கக்கூடாது? இந்த அதிர்ச்சி அவனுக்குத் தேவை.

அருண் தினசரித்தாளினின்று தன் பார்வையை விலக்காமலே கேட்டான்: 'ராதிகா மாதிரி நீயும் இருக்கணும்ங்கிறதுதான் உன் அந்தரங்க ஆசையா விம்மி?'

'ராதிகா எப்படி இருக்கா? அதைப்பத்தி எனக்கு ஒண்ணும் தெரியாது!'

'ஏன் தெரியாது? அவ கெட்டிக்காரியா இருக்கலாம், ஆனா அவ மாதிரி என் மனைவியும் இருக்கணும்ங்கிறதை நான் விரும்ப வில்லை...'

'கல்யாணம்ங்கிறது ஆம்பிளைகளோட விருப்பு வெறுப்பைப் பொறுத்த விஷயம்தானா?'

'வாட் இஸ் யுவர் ப்ராப்ளம் விம்மி... நீ இன்னிக்கு இப்படிப் பேசறே? எனக்கொண்ணும் புரியலே, மனசுக்குக் கஷ்டமா இருக்கு...' என்று சொல்லியவாறு அவளருகில் வந்து நின்றான் அருண். தொடர்ந்து பேசினான்:

'ராதிகா சொன்னா நேத்துத்தான்... அவளுடைய தனிப்பட்ட சுதந்தரம் அவளுடைய முக்கியமான விஷயம்னு. பட்... இன்னிக்கு அவ அழுததைப் பார்த்தபோது, கல்யாணம் ஆனப் புறம் இந்த மாதிரிச் சுதந்தரம் கிதந்தரம்னு பேசறதுக்கெல்லாம்

அர்த்தமில்லேன்னுதான் எனக்குப்படறது. ரமேஷ் ராகுல்கிட்ட என்ன சொன்னான் தெரியுமா? ராகுல் அவனுடைய பிள்ளை தானான்னு அவனுக்குச் சந்தேகமாம்... வாட் எ ஷேம்? அவனுக்கு இப்படிச் சந்தேகம் வரக்காரணம் என்ன? ராதிகா இப்படி இருக்கிறதுதான்... அவளுடைய சுதந்தரம் அவளை எங்கே கொண்டு விட்டிருக்கு பாரு...'

'இந்த மாதிரி ஒரு ஆம்படையான் அவளை விட்டுப் போயிட் டான்னா அது ராதிகாவுக்கு நல்லதுதான். அவனுக்கு ஆரம்பத் திலேயே இப்படி ஒரு சந்தேகம்னா அவளை விட்டு போயிருக்கலா மில்லையா? இத்தனை நாள் அவளோட இருந்ததோட மட்டுமில் லாம, பிள்ளைகிட்டப் போய் இதைப் பத்தி சொல்லியிருக்கானே... அவனுக்கு வெட்கம், மானம் ஒண்ணும் கிடையாதா?'

விம்மி குரலை உயர்த்தி இப்படிப் பேசி அருண் பார்த்ததே யில்லை. ராதிகாவின் சுதந்தர உணர்வு அவளை எங்கே கொண்டு போய் விட்டிருக்கிறது என்பதைப் பற்றிப் பேசாமல் ரமேஷைப் பற்றி விம்மி விவரிக்கத் தொடங்கியது அவனுக்கு வியப்பாக இருந்தது. அப்படியானால் ராதிகா இவளைப் பற்றி சொன்னது சரிதானா? விம்மிக்குள் இன்னொரு விம்மியா? இந்த விம்மியை அவன் ஏன் இத்தனை வருஷங்களாகத் தெரிந்து கொள்ள வில்லை?

'அப்படியானால் உன் அனுதாபம் ராதிகாவுக்குத்தானா?' என்று கேட்டான் அருண்.

'ராதிகாவை நான் அறிந்து கொண்டவரையில் அவள் யாருடைய அனுதாபத்தையும் வேண்டி நிற்கிறாள் என்று எனக்குத் தோன்றவில்லை' என்றாள் விம்மி.

'ராதிகாவைப் பற்றி உனக்கொன்றும் தெரியாது என்று சொல்லி விட்டு, அவள்தான் உன் கதாநாயகி என்பதுபோல் நீ பேசுவது எனக்கு ஆச்சரியமாக இருக்கிறது.'

'ராதிகா சிகரெட் குடிக்கிறாள். விஸ்கி குடிக்கிறாள். ஆண்களு டன் எந்தவித மனத்தடையும் இல்லாமல் பழகுகிறாள். ஒரு பெண் இப்படி இருப்பதை உங்களுடைய பாரம்பரிய பண் பாட்டுப் பிரக்ஞை ஏற்றுக் கொள்ளவில்லை. அதனால்தான் ராதிகாவைப்போல் நீ இருக்க விரும்புகிறாயா என்று என்னை

ஏளனமாகக் கேட்டீர்கள்... ஆனால் உங்கள் வியாபார முன்னேற் றத்துக்கு இந்த ராதிகாதான் தேவை. இதைப்பத்தி உங்களுக்கு எந்தவித ஆட்சேபமும் இல்லை. உங்கள் மனைவி என்று வரும்போது, எவையெவை நல்ல குணங்கள் என்று நீங்கள் நினைக்கிறீர்களோ, அவற்றின் மொத்த உருவமாக, பண்பாட்டுக் கருவூலமாக அவள் அமையவேண்டும் என்று எதிர்பார்க்கிறீர் கள்... இத்தகைய வெவ்வேறு அளவுகோல்கள்தான் எனக்குப் பிடிக்கவில்லை.'

அருண் மௌனமாக சிகரெட் குடித்தவாறு அவளையே உற்றுப் பார்த்துக் கொண்டிருந்தான். நேற்றுதான் அவன் ராதிகாவிடம் சொன்னான்: 'என் தனிப்பட்ட வாழ்க்கை எனக்குச் சொந்தமானது. தொழில் என்று வரும்போது, சமூக வாழ்க்கை... ஒவ்வொன் றுக்கும் தனித்தனி அளவுகோல் இருப்பதில் என்ன தவறு இருக்கிறது?' இதை முரண்பாடு என்று நேற்று ராதிகா சுட்டிக் காட்டினாள். இன்று விம்மியும் அதைத்தான் சொல்லுகிறாள். அவனைப் பொறுத்தவரையில் இதில் எந்தவித முரண்பாடும் இருப்பதாகத் தெரியவில்லை. அவன் தொழிலுக்காகப் பல அசுத்தமான காரியங்கள் செய்ய வேண்டியிருக்கிறது. வீடு சுத்தமாக இருக்க வேண்டுமென்று நினைப்பதில் என்ன தவறு?

பெண்கள் வீட்டைத்தான் நிர்வகிக்க வேண்டும் என்று நினைக் கின்ற அவன், தொழில் முறையில் ராதிகாக்களைச் சந்திக்கும் போது, அவர்களை ஏற்றுக் கொள்ளத்தான் வேண்டியிருக்கிறது. அவனுடைய தனிப்பட்ட கருத்து, சமூகச் செயலை எதற்காகக் குறுக்கிட வேண்டும்?

ஒரு வேளை விம்மியும் வேலைக்குப் போக வேண்டுமென்று விரும்புகிறாளோ?

'உனக்கும் வேலைக்குப் போகணும்னு ஆசையாயிருக்கா?' என்று கேட்டான் அருண்.

'ஏன் வேலைக்குப் போனா தப்பா?'

'உனக்கு நான் ஒரு கன்ஸர்வேடிவ்வாத் தோணலாம். ஆனா என்னைப் பொறுத்தவரையிலும் பெண்கள் வீட்டைத்தான் நிர்வகிக்கணும்ங்கிறது என் அபிப்பிராயம்... 'இல்லத்தரசி,' 'மனைவி' ங்கிற வார்த்தைக்கெல்லாம் என்ன அர்த்தம்?'

‘ஒரு ஆணோட முகம் சமூகத்திலே தனியாத் தெரியணும்ங்கிறதுக்காக, இல்லத்தரசிங்கிற பட்டத்தைச் சுமந்து கொண்டு பெண்கள் வாழ்க்கை பூரா வீட்டிலேயே அடைக்கப்பட்டு, முகம் தெரியாம சாகணும், அப்படித்தானே?’ என்று சீறினாள் விம்மி.

அருண் எழுந்தான்.

‘என் மனைவி மற்ற பெண்களிடமிருந்து வித்தியாசமானவளாக இருக்கவேண்டும் என்று நான் நினைத்தேன். ஆனால் நீ...’ என்று அவன் சொல்லி முடிப்பதற்குள் விம்மி குறுக்கிட்டாள்.

‘நானும் அப்படித்தான் இருக்க வேண்டுமென்று விரும்புகிறேன். வித்தியாசமான பெண்ணாக...எனக்கென்று ஒரு தனித்தன்மை இருக்கலாம்... அல்லது இல்லாமலேயே போகலாம். தேடுவதில் தப்பில்லை. இந்த முயற்சிதான் வாழ்க்கையைச் சுவாரஸ்யமாக்குகிறது. நான் இதுவரை உங்கள் திருப்திக்காக வாழ்ந்து வந்திருக்கிறேன்.’

அவள் சொல்லி முடிப்பதற்குள் அருண் இன்னொரு சிகரெட்டைப் பற்ற வைத்துக் கொண்டே கூறினான்: ‘இனி... நீ உனக்காக வாழலாம்... எனக்கு ஆட்சேபணையில்லை.’

அத்தியாயம் – 6

அவளுக்கும் அருணுக்கும் இடையே ஒரு மௌனச்சுவர் எழும்பிவிட்டது என்பதை விம்மி உணர்ந்தாள். தேவையிருந்தா லொழிய அருண் அவளிடம் பேசு வதில்லை.

இந்த வாக்குவாதம் நிகழ்ந்து இரண்டு நாள் கழித்து அருண் அவ ளிடம் சொன்னான்: 'இன்னிக்கு ராத்திரி அஷோகாலே பார்ட்டி. நீ வரணும்னு நான் வற்புறுத்தலே... பட் இஃப் யூ ஃபீல் லைக்...'

'நான் வரவேண்டியது அவசியம் தானா?'

'ஓகே... தேங்க் யூ... அவசிய மில்லே' என்று கூறிவிட்டு அவன் போய்விட்டான்.

இதற்குப் பிறகு அவன் அவளைக் கூப்பிடுவதை விட்டுவிட்டான். வீட்டில் விருந்து கொடுப்பதும் நின்று போய் விட்டது. அவன் இரவில் நேரம் கழித்து வருவதிலிருந்து விருந்து நடந்திருக்கவேண்டும் என்று அவள் யூகித்துக் கொள்வாள்.

இனி அவள் நேரம் அவளுக்குத்தான் சொந்தம் என்ற நிலையில் அவளுக்கு என்ன செய்வதென்று புரியவில்லை. தனக்கு விருப்பமில்லாத காரியங்களைச் செய்ய வேண்டாம் என்ற சுதந்தர உணர்வுடன் மிஸஸ் பனோட்டி இன்டர்நேஷனல் சென்டர் விருந்துக்கு அழைத்தபோது வர மறுத்துவிட்டாள். 'ஏன்?' என்று ஆச்சரியத்தோடு கேட்டாள் மிஸஸ் பனோட்டி. 'ஏன் என்று காரணம் சொல்ல முடியாது. இந்த மாதிரி விருந்துகளில் கலந்து கொள்வது எனக்கு வெறும் கால விரயமாகத்தான் படுகிறது.' மிஸஸ் பனோட்டி பதில் கூறாமல் போய்விட்டாள். அன்றைய விருந்தில் அவளைத்தான் விவாதித்திருப்பார்கள் என்பது அவள் அறிந்த விஷயம்தான்.

ஒரு நாள் செய்தித்தாளில் ரவீந்திர பவனில் நடந்துகொண்டிருந்த சர்வதேசிய ஓவியக் கண்காட்சிப் பற்றி விமரிசனம் வந்திருந்தது. இந்தியப் பிரிவில் வைக்கப்பட்டிருந்த தாமோதரனுடைய ஓவியங்கள் பற்றி மிகவும் சிறப்பாகக் குறிப்பிட்டிருந்தார் அந்த விமரிசகர்.

சாயந்திரம் போய்ப் பார்ப்பதென்று தீர்மானித்தாள் விம்மி. தாமோதரனும் அங்கு இருக்கக்கூடும்.

அவனைச் சந்திக்க வேண்டும் என்று பல சமயங்களில் நினைத்ததுண்டு. ஆனால் இந்தச் சந்திப்பு எதேச்சையாக ஏற்படுவதாக இருக்கவேண்டுமேயன்றி வலுவில் அவளாகவே போய்ப் பார்ப்பதாக இருக்கக்கூடாது. அவள் இரண்டு மூன்று தடவைகள் இன்டர்நேஷனல் சென்டருக்குச் சென்றபோது, நூல் நிலையத்தில் அவன் இருக்கலாமென்று நினைத்தாள். அவன் இல்லை. லௌஞ்சிலும் அவன் இல்லை.

அவளுக்கும் அருணுக்குமிடையே இந்த மௌனச்சுவர் எழுந்ததற்கு அன்று அவள் தாமோதரனைச் சந்தித்தது ஒரு காரணம் என்று சொல்லலாம். அவனுடன் அன்று அவள் பேசியிராவிட்டால், அருணுடன் அந்த வாக்குவாதம் ஏற்பட்டிருக்காது என்றுதான் தோன்றுகிறது. அவளுக்குள் இருக்கும் ஆற்றல்

வெளிப்பட வேண்டுமென்றால் முயற்சி அவளுடையதாகத்தான் இருக்க வேண்டும் என்று தாமோதரன் கூறினான்.

அதற்குத் தேவையான அவகாசம் அவளுக்கும் கிடைத்தது. அவள் ஓவியம் வரைய ஆரம்பித்தாள். வண்ணச் சேர்க்கையைப் பற்றிய பிரக்ஞை இயற்கையாக அவளுக்கு அமைந்துவிட்டது போல் தோன்றிற்று. தாமோதரனிடம் அவள் வரைந்த படங்களைக் காட்ட வேண்டுமென்ற ஆசை அவளுக்கு எழுந்தது. ஆனால் அவ னோடு எப்படித் தொடர்பு கொள்வது என்பதுதான் பிரச்னை.

இன்று சாயந்திரம் தாமோதரன் ரவீந்திர பவனுக்கு வந்திருந்தால், அவனை அழைத்துக்கொண்டு வந்து காண்பிக்கலாம். ஒரு மிகச் சிறந்த சைத்ரிகனிடம் காண்பிக்கத் தகுதி வாய்ந்தனவா இந்தப் படங்கள் என்ற சந்தேகம் ஏற்பட்டவுடன், அவளுக்கு லேசாக ஓர் அச்சம் உண்டாயிற்று. தாமோதரன் ஒளிவு மறைவின்றி வெளிப்படையாகக் கூறக்கூடியவன். இது ஒரு வகையில் நல்லது. அவளுடைய எதிர்காலத்தை நிர்ணயம் செய்ய இது உதவலாம்.

அவள் ஓவியம் வரைகிறாள் என்பது அருணுக்குத் தெரியாது. இதைப்பற்றி அவனிடம் சொல்ல வேண்டியதும் அவளுக்கு அவசியமாகப் படவில்லை. இலக்கியம், நுண்கலைகள் இவற்றைப் பற்றிய அவனுடைய ரசனை அவளுக்குத் தெரிந்த விஷயந்தான்.

அவள் உள்ளே சென்று அவள் வரைந்திருந்த படங்களை எடுத்துக் கொண்டு பரிசீலனை செய்தாள். நாலைந்து படங்கள் அவளுக்கு உண்மையாகவே திருப்தி அளித்தன.

வாசல் மணி ஒலித்தது. யார் இந்த நேரத்தில் வரப் போகிறார்கள்? அவள் படங்களை சோபாவில் வைத்துவிட்டு வாசற்கதவைத் திறந்தாள்.

அருண்! அவனை இந்த நேரத்தில் எதிர்பார்க்கவே இல்லை.

அவன் உள்ளே வந்ததும் அவனுடைய பார்வை சோபாவில் வைக்கப்பட்டிருந்த படங்கள் மீது சென்றது.

அவன் ஒரு படத்தை எடுத்துப் பார்த்தான்.

'நீ வரைஞ்ச படங்களா?'

விம்மி பேசாமல் இருந்தாள்.

அருண் அந்தப் படத்தைச் சிறிது நேரம் உற்றுப் பார்த்தான். பிறகு கீழே வைத்துவிட்டான். மற்ற படங்களை அவன் பார்க்கவில்லை.

'இன்னி சாயந்திரம் நான் பம்பாய்க்குப் போகிறேன்' என்றான் அருண்.

அவன் அந்த நேரத்தில் வீட்டுக்கு வந்ததன் காரணம் அவளுக்குப் புரிந்தது.

'வர ரெண்டு நாளாகும்' என்று சொல்லிக்கொண்டே அவன் உள்ளே சென்றான்.

அவன் சிறிது நேரம் கழித்து சூட்கேசுடன் ஹாலுக்கு வந்தான்.

'ஸோ... ஒரு பெரிய ஆர்டிஸ்டா ஆகப் போறே?' என்று சொல்லிக்கொண்டு உட்கார்ந்தான்.

'பெரிய ஆர்டிஸ்டா ஆகப் போறேனோ இல்லையோ தெரியாது... படம் போடறது எனக்குத் திருப்தியா இருக்கு.'

'ஐ ஸீ' என்று சொல்லியவாறு ஒரு சிகரெட்டைப் பற்றவைத்துக் கொண்டான்.

'படம் எப்படி இருக்கு?' என்றாள் விம்மி.

'நல்லா இருக்கு... யாரேனும் ஃபோன் பண்ணா, நான் பம்பாய் போயிருக்கேன்னு சொல்ல வேண்டாம். அஃப்கோர்ஸ், நான் பம்பாய் போயிருக்கிறது தெரிஞ்சவங்க ஃபோன் பண்ண மாட்டாங்க.'

அவள் சோபாவில் வைத்திருந்த படங்களை எடுத்துக்கொண்டு உள்ளே போனாள்.

அவள் திரும்பி ஹாலுக்கு வந்ததும், அருண் சொன்னான்: 'ரமேஷ் வேலையை ராஜிநாமா பண்ணிட்டு துபாய் போயிட் டான்...அநேகமா ராதிகாவிடமிருந்து பிரிஞ்ச மாதிரிதான்...'

சிறிது நேரம் அங்கு மௌனம் நிலவியது.

'ராதிகாவும் என்னோட பம்பாய்க்கு வரா... ஒரு முக்கியமான பிஸினஸ் டீல்!' என்று சொல்லிவிட்டு அவளை உற்றுப் பார்த்தான் அருண்.

விம்மி வெளியே பார்த்துக் கொண்டிருந்தாள்.

அருண் எழுந்திருந்தான். 'சரி... நான் அப்போ வரட்டுமா?'

அவன் போன பிறகு விம்மிக்கு எதற்கென்றே தெரியாமல் திடீ ரென்று அழுகை வந்தது. 'படம் எப்படி இருக்கு?' என்று அவள் கேட்டிருக்கக்கூடாது. ஓரளவு அவளை அவனுடன் சமரசப் படுத்திக் கொண்டது போலாகி விட்டது. அவள் அப்படிக் கேட்டதன் காரணமாகத்தான் அவன் வழக்கத்தைவிட இன்று கொஞ்சம் அதிகமாகவே பேசினான். ரமேஷைப் பற்றி அவன் சொல்ல இதுதான் காரணம். ஒரு வேளை இவனும் பம்பாய் போனால் திரும்பி வராமலேயே இருந்துவிடுவானோ? - சே! இது வேறு சூழ்நிலை... இது அவனுடைய வீடு. உத்தியோகம், பொருளாதார ஈடுபாடுகள் எல்லாம் டெல்லியில்தான். போவதென்றால் அவள்தான் அவனை விட்டுப் போக வேண்டும். அவனுடன் ராதிகாவும் செல்கிறாள் என்று எதற்காகக் கூறினான்? அவளுடைய பொறாமையைத் தூண்டவா!

அப்பொழுது அவளுக்கு ஓவியம் வரைய வேண்டுமென்ற ஆசை - ஆசையா அல்லது ஆவேசமா - திடீரென்று வந்தது.

'அக்கினிக் குஞ்சொன்று கண்டேன் - அதை
அங்கொரு காட்டிலோர் பொந்திடை வைத்தேன்
வெந்து தணிந்தது காடு - தழல்
வீரத்தில் குஞ்சென்றும் மூப்பென்றும் உண்டோ?
தத்தரிகிட தத்தரிகிட தித்தோம்...'

அடிக்கடி நெஞ்சை அலைக்கழித்துக் கொண்டிருந்த இவ்வரி களை வண்ணத்தில் காணவேண்டுமென்ற வெறி. இது சாத்தி யமா? இக்கவிதையின் பொருளாக எவ்வளவு உரைகள் எழுதி னாலும் அவை வெறும் வார்த்தை விரயம்தான் சொல்லுக்கடங் காத அனுபவத்தை வண்ணத்தில் சிறை செய்ய முயல்வதில் என்ன தவறு?

அவள் தன் அறைக்குச் சென்று தூரிகை, வண்ணங்கள் முதலிய வற்றை எடுத்து வைத்துக்கொண்டு, கண்களை மூடிய நிலையில் இக்கவிதை வரிகளைத் தனக்குத்தானே சொல்லிப் பார்த்தாள்... இதுதான் சத்திய தரிசனம். தெய்வ அனுபவத்தைச் சொல்லில் செதுக்கிய மாட்சி.

'நன்றாய் ஞானம் கடந்து போய்
     நல்லிந்திரியம் எல்லாம் ஈர்த்து
ஒன்றாய்க் கிடந்த அரும்பெறும் பாழ்
     உவப்பில் அதனை உணர்ந்து உணர்ந்து
சென்றாங்கு இன்பத் துன்பங்கள்
     செற்றுக் களைந்து பசை யற்றால்
அன்றே அப்போதே வீடு
     அதுவே வீடு வீடாமே...'

அவளுக்குத் தன் உடம்பு பற்றி எரிவதுபோல் ஓர் உணர்வு...
தீயினில் விரலை வைத்த சுக அனுபவம். அகத்தினுள்ளே இருந்த
பழங்குப்பை வெந்து சாம்பலாகிய பேரின்பம், அவள் தனக்குள்
தான் ஆழ்ந்து மெய்சிலிர்த்து ஆனந்த கடலில் மூழ்கினாள்.

அவள் கண்விழித்தபோது, அவளெதிரே இருந்த தூரிகையும்
வண்ணங்களும் அவள் கை ஏவலுக்காகக் காத்திருப்பனபோல்
தோன்றின.

அவள் எத்தனை நேரம் வரைந்தாள் என்று அவளுக்கே
தெரியாது. கனவிலிருந்து மீண்டவள்போல் கடிகாரத்தை
நோக்கினாள்.

ஐந்தரை! 'மை காட்... ரவீந்திர பவன் போக வேண்டும்.'

பூர்ணிமா புன்னகையுடன் கேட்டாள்: 'காபி கொண்டு
வரட்டுமா?'

'காபி குடித்துவிட்டு, நான் வெளியே போகிறேன். ஏதாவது
ஃபோன் வந்தால் 'சாஹேப் இல்லை' என்று சொல், போதும்.
ஊருக்குப் போயிருக்கிறார் என்று சொல்ல வேண்டாம்...'

ஏர்போர்ட்டில் அருணை விட்டுவிட்டு கார் திரும்பி வந்திருந்தது.
டிரைவரை வீட்டுக்கு அனுப்பிவிட்டு அவளே ஓட்டிச் சென்றாள்.

*ச*ர்வதேச ஓவியக் கண்காட்சியில் அநேகமாக எல்லா நாடுகளும்
கலந்து கொண்டிருந்தன. ஒரு நாளில் பார்க்க முடியாது என்று
அவளுக்குத் தோன்றிற்று.

அவள் இந்தியப் பிரிவுக்குச் சென்றாள்.

தாமோதரன் ஓர் ஓரமாக உட்கார்ந்திருந்தான். அவன் அவளைப் பார்க்கவில்லை. ஏதோ புத்தகம் படித்துக் கொண்டிருந்தான்.

அவள் அவனை நோக்கிச் சென்றாள்.

'நமஸ்காரம்.'

'ஓ... மிஸஸ் அருண்.'

'விம்மி... தட் ஈஸ் மை நேம்.'

'ஹௌ ஆர் யூ!'

'ஃபைன்...'

சிறிது நேரம் மௌனம்.

'உங்க படங்களைப் பத்தி ரெவியூ படிச்சேன் இன்னிக்கு.'

அவன் ஒரு சிகரெட்டைப் பற்ற வைத்துக்கொண்டான், ஒன்றும் கூறவில்லை.

'உங்க படங்கள் எங்கே இருக்கு?'

அவன் சுட்டிக்காட்டினான்.

அவனுடைய ஒன்பது ஓவியங்கள் வைக்கப்பட்டிருந்தன. ஒவ்வொன்றும் ஒவ்வொரு நிறம் - சிவப்பு, கருப்பு, வெள்ளை, இருள் சாம்பல், கருநீலம், ஆரஞ்சு, மஞ்சள், கண்களைப் பிரமிக்க வைக்கும் பளீர் வெள்ளை... ஒரு தனி நிறத்தின் மூலம் இதயத்தோடு அந்தரங்கமாகப் பேசக்கூடிய ஆற்றல் ஒவ்வொரு ஓவியத்துக்கும் இருந்தது. திடீரென்று அவளுக்கு அப்படங்கள் எவற்றைக் குறிக்கின்றன என்று புரியத் தொடங்கிற்று. ஒன்பது பாவங்கள், ரசங்களின் வெளியீடுகள். ஒவ்வொரு பாவத்துக்குரிய கடவுள். ருத்திரன் காலன் முதலியோர் இந்தத் தெளிவு ஏற்பட்ட நிலையில் அந்த ஓவியங்களைப் பார்த்தபோது, மறுபடியும் பாரதியின் கவிதைதான் நினைவுக்கு வந்தது. 'அக்னிக் குஞ்சொன்று கண்டேன்...'

அவள் அவற்றைப் பார்த்துக்கொண்டு அப்படியே நின்றாள்.

தாமோதரன் எப்பொழுது அவளருகில் வந்து நின்றான் என்று அவளுக்குத் தெரியாது. அவன் குரல் கேட்டதும் அவள் திரும்பினாள்.

'யூ லைக் தெம்?'

'எவ்வளவு கொச்சையான கேள்வி? இன்ஃபாக்ட் நான் உங்களுக்கு நன்றி சொல்லணும்.'

'எதுக்கு?'

'இந்த அனுபவத்துக்கு...'

அவன் அவளைச் சிறிது நேரம் உற்றுப் பார்த்தான். பிறகு புன்னகை செய்தான்.

'இன்னொரு விஷயத்துக்கும் நான் உங்களுக்கு நன்றி சொல்லணும்...'

அவள் சொல்வது புரியாமல் அவன் புருவங்களை உயர்த்தினான்.

'அன்னிக்கு உங்களோட பேசினப்புறம் பல விஷயங்கள் நடந்திருக்கு... ஒண்ணு, நானே என்னைத் தீவிரமா அனலைஸ் பண்ண ஆரம்பிச்சேன். என் மனசுக்குப் பிடிக்காத காரியங்களைச் செய்யறதில்லேன்னு ஒரு முடிவு... அப்புறம் எந்தவிதத்திலே நான் என்னை எக்ஸ்ப்ரஸ் பண்ணிக்கலாம்னு யோசிச்சு பெயிண்ட் பண்ண ஆரம்பிச்சேன். இதுக்கும் நான் உங்களுக்கு நன்றி சொல்லணும்.'

'ஓ! எனக்கு இப்போ ஒரு போட்டியா?' என்று அவன் சிரித்துக் கொண்டே கேட்டான்.

'நான் உங்களுக்குப் போட்டின்னு நினைச்சீங்கன்னா, எனக்கு இது ஒரு பெரிய பாராட்டு.'

'இன்னொரு விஷயம். யாரும் இன்னொருத்தருக்கு நன்றி சொல்லணும் னு அவசியமில்லே... ஒருத்தர்கிட்டே இருக்கிற ஸ்பார்க்கைத் தூண்டி விடறதுங்கிறது ஓர் எதேச்சையான சம்பவம். விளக்கு ஸ்விட்சுக்கு நன்றி சொல்லணுமா? அது கிடக்கட்டும்... உங்க பெயிண்டிங்ஸை நான் பார்க்கலாமா?'

'ஓ எஸ்... ரைட் நௌ... நீங்க வர முடிஞ்சா போகலாம்.'

'இப்போவா?' என்று சொல்லிவிட்டு, அவன் சிறிது நேரம் சிந்தித்தான்.

'சரி... ஓகே... போகலாம்' என்றான், திடீரென்று ஒரு முடிவுக்கு வந்தவன்போல்.

பூர்ணிமா தாமோதரனை ஏற இறங்கப் பார்த்தாள், கதவைத் திறந்தவுடன்.

'எல்லோருக்குமே என்னை ரெண்டாந் தடவை பார்க்காம இருக்க முடியாது' என்றான் தாமோதரன் புன்னகையுடன்.

மற்றவர்களுக்கு அறிவுரை வழங்கும் இவனுக்குத் தன் உருவத்தைப் பற்றிய பிரக்ஞை ஏன் இன்னும் நீங்கவில்லை என்று விம்மிக்குத் தோன்றிற்று. தன்னைக் கண்டு தானே சிரிக்க முடிவதை ஒரு கவசமாகக் கொண்டால்தான், வாழ்க்கையில் ஒரு தன்னம்பிக்கை ஏற்படுமென்று கருதி இவன் அடிக்கடி இப்படிப் பேசுகிறான் என்று அவளுக்குப்பட்டது. ஆனால் இவனுடன் பத்து நிமிடம் பேசிக் கொண்டிருந்தால், இவன் தோற்றத்தைப் பற்றிய ஆரம்ப அதிர்ச்சி அடியோடு மறைந்துவிடுமென்று இவனிடம் யாரேனும் சொல்லியிருக்கிறார்களோ?

அவன் சோபாவில் உட்கார்ந்ததும் அவள் கேட்டாள்: 'என்ன சாப்பிடறீங்க?'

'ஒண்ணும் வேணாம். உங்க படங்களைக் கொண்டு வாங்க.'

அவள் தன் அறைக்குச் சென்று ஓவியங்களைக் கொண்டு வந்து அவனிடம் கொடுத்தாள்.

அவன் ஒவ்வொன்றையும் மிகக் கவனமாகப் பரிசீலனை செய்தான். அவள் மத்தியானம் வரைந்த ஓவியமும் அவற்றில் இருந்தது. பூர்த்தி பெறாத அந்தப் படத்தைச் சிறிது நேரம் உற்றுப் பார்த்துக் கொண்டே இருந்தான்.

'அதை இன்னும் முடிக்கலே... மத்தியானம் ஒரு பரவசம் ஏற்பட்டபோது போட ஆரம்பிச்சேன்.'

'பரவசம் ஏற்படக் காரணம்?'

'பாரதி பாட்டு ஒண்ணு ஞாபகத்துக்கு வந்தது. 'அக்கினிக் குஞ்சொன்று'...'

'அந்தப் பாட்டா? யாருக்குத்தான் ஏற்படாது, அந்தக் கவிதையைப் படிச்சா? பாரதி ஈஸ் எ டோடல் பொயட்... 'மிஸ்டிக் எக்ஸ்பிரியன்ஸ்' இதைக்காட்டிலும் அழகாகச் சொல்ல முடியுமா? மிஸஸ் அருண்... இந்தப் படத்தைப் போட்டு

முடிச்சப்புறம்தான் நீங்க வெளியிலே கிளம்பியிருக்கணும் இன்னிக்கு... இமோஷன்ஸ் ரெகலக்டட் இன் ட்ரான்குலிட்டிங் கிறதெல்லாம் ரெண்டாந்தர கவிஞர்களுக்குத்தான். மறுபடியும் இதே இன்டன்ஸிடியோட உங்களாலே இந்தப் படத்தைப் போட்டு முடிக்க முடியுமாங்கறது சந்தேகம்தான்' என்றான் தாமோதரன்.

'ஒரே ஒரு ஆட்சேபணை.'

'என்ன?'

'மிஸஸ் அருண்னு சொல்ல வேணாம். விம்மின்னு சொன்னாப் போதும்.'

தாமோதரன் வாய்விட்டு உரக்கச் சிரித்தான். 'ஓ... இதுதான் ஆட் சேபணையா?'

'சரி... உங்களோட ஓவியங்கள் எல்லாத்தையும் எனக்குப் பார்க்க ணும் போலிருக்கு. எப்போ பார்க்கலாம்?'

'ஓ எஸ்... ரைட் நௌ... நீங்க வர முடிஞ்சாப் போகலாம்' என்றான் தாமோதரன் புன்னகையுடன்.

அத்தியாயம் – 7

தாமோதரன் வீடு க்ரீன் பார்க்கில் இருந்தது. பர்ஸாத்தி இரண்டாம் மாடியை அடைந்ததும், கதவில் ஒரு சிறிய துண்டுக் காகிதத்தில் ஓர் அறிவிப்புத் தொங்கியது. 'உங்களு டைய பலம் எனக்குத் தெரியும். ஆனால் என்னை மெதுவாகத் தட்டுங்கள்!'

விம்மி அதைப் படித்துவிட்டுப் புன்னகை செய்தாள்.

'சிலபேர் வாழ்க்கையிலே அவங்க அடையற ஏமாற்றத்துக்கு இதுதான் போக்கிடங்கிற மாதிரி அவங்க ஆத்திரத்தையெல்லாம் இந்தக் கதவு பேரிலே காட்டுவாங்க. அவங்களுக்காக இது...' என்றான் தாமோதரன்.

‘இங்க வர்றவங்கல்லாம் வாழ்க்கையிலே ஏமாற்றம் அடைஞ்சவங்கதானா?’

‘வாழ்க்கையிலே வெற்றி அடைஞ்சவங்க என்னை ஏன் பார்க்க வர்றாங்க. அதுவும் ரெண்டு மாடி ஏறி?’ என்று சொல்லிக் கொண்டே அவன் கதவைத் திறந்தான்.

‘ஓப்பன் டெர்ரேஸ், ஒரு சின்னக் கூட்டமே இங்கே நடத்தலாம்’ என்றாள் விம்மி.

‘இங்கே நாடகம் நடக்கிறது உண்டு. பல சமயங்களில் பொயட்ரி ரீடிங்... நிறையப் பேர்கிட்டே சாவி இருக்கு. யார் வேணுமானாலும் வரலாம். போகலாம்... ஓப்பன் ஹௌஸ்...’

விம்மி மதில் சுவரருகே நின்றுகொண்டு கீழே நோக்கினாள். கண்ணுக்குத் தெரிந்த தூரம் வரை ஒளிப் பூக்கள், பார்க்க ரம்மியமாக இருந்தது.

‘இட் ஈஸ் எ ப்யூட்டிஃபுல் சைட்!’ என்றாள் விம்மி.

தாமோதரன் அறைக் கதவைத் திறந்து கொண்டிருந்தவன் திரும்பிப் பார்த்தான்.

‘சம்மர்லே மணிக்கணக்கா சாயந்திர வேளையிலே அங்கே உட்கார்ந்திண்டு நான் வேடிக்கை பார்க்கிறது வழக்கம். ஜனங்களை அவங்களுக்குத் தெரியாம, வேடிக்கை பார்க்கறது போல ஒரு நல்ல பொழுதுபோக்கு எதுவும் இருக்க முடியாது.’

‘கடவுளும் நம்மை அப்படித்தான் வேடிக்கை பார்த்திண்டு இருக்காரோ என்னவோ?’ என்று கூறிக்கொண்டே அறைக்குள் நுழைந்தாள் விம்மி.

‘அவராலே வேடிக்கைதான் பார்க்க முடியும். வேற ஒண்ணும் செய்யமுடியாது. அவர் படைச்ச ஃபிரான்கன் ஸ்டீன் மான்ஸ்டர் தான் மனுஷன்...’

அறை முழுவதும் ஓவியங்கள் இறைந்து கிடந்தன. மேஜை, நாற்காலி, சோபா எதுவுமே இல்லை. சணல் கார்ப்பெட்... கீழேதான் உட்கார வேண்டும். அங்குமிங்கும் திண்டுகள், கைக்கு ஆதாரமாக வைத்துக்கொண்டு உட்காரப் போடப்பட்டிருந்தன.

'ரெண்டு ரூம். அது பெட்ரூம்... இதுதான் என்னுடைய வரவேற்பறை...' என்று புன்னகையுடன் கூறினான் தாமோதரன்.

படுக்கை அறையிலும் நிறைய ஓவியங்கள் தாறுமாறாகக் கிடந்தன. ஃபர்னிச்சரைப் பொறுத்தவரையில் படுக்கை அறைக்கும் வரவேற்பறைக்கும் அதிக வித்தியாசமில்லை. சணல் கார்ப்பெட், திண்டுகளுக்குப் பதிலாகத் தலையணைகள். மடித்து வைக்கப்பட்டிருந்த பட்டுப் பாய்கள், சுவரோரமாக ஒரு நீண்ட புத்தக அலமாரி. அலமாரியின் மேலேயும் நிறையப் புத்தகங்கள் குப்பையாகக் குவிந்திருந்தன.

'ஒரு வுமன்ஸ் மேகஸின்லே சில பிரபல ஆர்டிஸ்ட்கள் வீடுகள் எவ்வளவு கலை ரசனையோட இருக்குன்னு காட்ட போட்டோ கிராப்ஸ் வந்திருந்தது. உங்க வீடும் அப்படித்தான் இருக்கும்னு நான் நினைச்சேன்' என்று சிரித்துக்கொண்டே சொன்னாள் விம்மி.

'இந்த ஆர்டிஸ்ட்டே கோணல்மாணலாக இருக்கிறபோது வீடு எப்படி இருக்கும்?'

'வெளித் தோற்றத்தைப் பற்றி ஏன் உங்களுக்கு இப்படியொரு தீவிரமான அப்செஷன்?'

'எனக்கா, உங்களுக்கா? நீங்கதானே, இப்போ என் வீட்டைப் பத்தி விமரிசனம் செய்யறீங்க?' என்றான் தாமோதரன்.

'ஐ ஆம் ஸாரி' என்றாள் விம்மி.

'திடீர்னு ஏன் இந்த ஃபார்மாலிட்டி? நீங்க வருத்தப்பட வேண்டிய அவசியமேயில்லே... நான் வீட்டை இப்படி வச்சிண்டிருக்கிறதுக்கு இன்னொரு காரணமும் உண்டு.'

'என்ன?'

'எந்தப் பொம்பளைப் பத்திரிகை ரிப்போர்ட்டரும் என்னை இங்கே வந்து தொந்தரவு செய்ய மாட்டாங்க இல்லையா?'

'பொம்பளைப் பத்திரிகை' என்று அவன் குறிப்பிட்டது, அவளுக்கு என்னமோ மாதிரி இருந்தது. பெண்களைக் கண்டால் இவன் அடி மனத்தில் ஒரு வெறுப்பு இருக்கும் போலிருக்கிறது.

அவள் இறைந்துகிடந்த ஓவியங்களை எடுத்து அடுக்கத் தொடங்கினாள்.

'பொம்பளைப் பத்திரிகைன்னு சொல்லியிருக்கக்கூடாதுன்னு நினைக்கிறீங்களா?'

அவள் அவன் பக்கம் திரும்பிப் புன்னகை செய்தாள்.

'பெண்களைக் கண்டா எனக்கு வெறுப்பு கிடையாது... இன்ஃபாக்ட், ஐ லைக் தெம்... பட் பெண்களுக்குன்னு தனிப் பத்திரிகைங்கிற கான்ஸெப்ட்தான் எனக்குப் பிடிக்கலே. இது ஒரு வகையிலே பார்க்கப்போனா தாழ்வு மனப்பான்மையைத்தான் காட்டறது... இந்தப் பத்திரிகைகளிலே வரும் விஷயங்களும் அப்படித்தான் இருக்கு...'

'எப்படி இருக்கு?'

'சீரியஸ் விஷயங்களைச் சொல்லக்கூடாதுங்கற கவனம். சொன்னா... பெண்களுக்குப் புரியாதுங்கற மாதிரி ஓர் எண்ணம்... இதை நடத்துறதும் பெரும்பாலும் ஆம்பிளை கள்தான்... தன்னை மதிக்கத் தெரிஞ்ச ஒவ்வொரு பெண்ணும் இதை எதிர்க்கணும்.'

'நமது சமூகத்திலே எத்தனை பெண்களுக்கு சீரியஸ் விஷயங் களைப் பத்தி அக்கறை இருக்கு?' என்று கேட்டவாறு, ஒரு திண்டைப் பக்கவாட்டில் வைத்து, அதில் சாய்ந்து கொண்டாள் விம்மி.

'பெண்களை அப்படிக் கண்டிஷன் பண்ணியிருக்காங்க, ஆம்பிளை ஆதிக்கமுடைய நம்ம சமூகத்திலே... வாத்சாயனர் பெண்களை வகைவகையாப் பிரிக்கிறாரே, ஏன் ஆண்களைப் பிரிச்சுக் காட்டலே?ஆண்களுக்கு வேண்டிய போகப் பொருள் பெண்கள். அவர்கள்லே இத்தனை வெரைட்டி இருக்கு. ஆண்கள் தேர்ந்தெடுக்கலாம் அவங்களுக்கு விருப்பமானதை - அப்படின்னுதானே இதுக்கு அர்த்தம்? ஏன், பெண்கள் அவர்களுக்கு விருப்பமானதைத் தேர்ந்தெடுக்க வசதியா ஆண்களைப் பிரிச்சுக் காட்டியிருக்கக்கூடாது? திருக்குறள் படிச்சிருக்கீங்களா? 'வாழ்க்கைத் துணை நலம்'னு மனைவி எப்படி இருக்கணுங்கிறாரே வள்ளுவர், கணவன் எப்படி இருக்கணும்னு ஒரு அதிகாரம் பாடியிருக்கலாம் இல்லியா?'

'நீங்க ஒரு இயக்கம் ஆரம்பிங்க பெண்கள் உரிமைக்கு... நானும் அதிலே சேர்ந்துடறேன்.'

'அதுவும் நான்தான் ஆரம்பிக்கணுமா?' என்று கேட்டான் தாமோதரன்.

விம்மி சிரித்தாள்.

அவள் அவனுடைய ஓவியங்களைப் பார்க்கத் தொடங்கினாள். அவன் சிகரெட்டை பற்ற வைத்தபடி உள்ளே சென்றான்.

அடிமனத்தின் ஆழத்தை எவ்வளவு சுலபமாக வண்ணத்தின் மூலம் அவனால் தொடர முடிகிறது? மனித உணர்வுகளின் வெவ்வேறு பாவங்களை இவனால் வண்ணத்தின் மூலம் தெரிவிக்க முடிகின்ற ஆற்றல்! அவ்வண்ணங்கள் அவளுடைய உள் மனத்தோடு உறவாடித் தோற்றுவித்த கனவுச் சித்திரங்கள்! நீரில் தோன்றும் குமிழிகளாய் அவை அடுக்கடுக்காய் எழுந்து, நினைவில் நிலைத்து வைத்து அடையாளம் காண்பதற்குள் மறைந்தன. எந்தக் கலை வடிவமும் அவனளவில் நின்று விடாமல், பார்க்கின்றவர்களின் படிக்கின்றவர்களின் அனுபவத் துக்கேற்ப அவர்களைச் சலனமுறச் செய்ய வேண்டுமென்பது எவ்வளவு உண்மை! அப்படங்களைப் பார்க்கும் போது, இவன் தாந்திரீக உபாசகன் என்று தெரிகின்றது. பெண்கள் உரிமை களைப் பற்றி இவன் ஆவேசமாகப் பேசுவதற்கும் இதுதான் காரணமாக இருக்க வேண்டும்.

'காபி...' என்று கூறியவாறு அவளிடம் ஒரு மக்கை நீட்டினான் தாமோதரன்.

'தேங்க் யூ... சமைச்சு சாப்பிடறீங்களா நீங்க?' என்று கேட்டாள்.

'எஸ்... ஸம் டைம்ஸ்... நான் அப்படி ஒண்ணும் மோசமான சமையல்காரனில்லே. நான் நல்ல பெயிண்டரா இல்ல சமையற்காரனான்னு சொல்றது கஷ்டம். என் சமையலைச் சாப்பிடறவங்க, நான் பெயிண்டர்ங்கிறாங்க, என் படங்களைப் பார்க்கிறவங்க, நல்ல சமையல்காரங்கிறாங்க...'

விம்மி வாய்விட்டு உரக்கச் சிரித்தாள்.

'நான் இப்ப என்ன சொல்லணும்? நீங்க நல்ல சமையல்காரர்னா?' என்று சொல்லிக்கொண்டே ஓவியங்களைக் கீழே வைத்தாள்.

'என் ஓவியங்களைப் பத்தி உங்களுக்கு நல்ல அபிப்பிராயம் ஏற்படணும்னா நான் சமைச்சாகணும்' என்றான் தாமோதரன்.

'ப்ளீஸ்... நீங்க சமைக்க வேணாம். உங்க சமையலைப் பத்தி நல்ல அபிப்பிராயத்தோடேயே வீட்டுக்குப் போறேன்.'

'இதுதான் என் படங்களைப் பத்திய விமரிசனம்னு நினைக்கிறேன்...'

'நோ... நோ... லெட் அஸ் பி சீரியஸ். நான் இவற்றைப் பார்க்கிறதே, நீங்க எனக்களித்த சலுகை... அபிப்பிராயம் சொல்ல எனக்குத் தகுதி இருக்கா, அதான் தெரியலே...'

தாமோதரன் காபியைக் குடித்துவிட்டு மக்கைக் கீழே வைத்துவிட்டு, அவளைப் பார்த்துப் புன்னகை செய்தவாறு கூறினான்.

'இதுதான் தாழ்வு மனப்பான்மைங்கிறது.'

'நம்ம ரெண்டு பேருக்குமிடையே இருக்கிற தூரத்தைப் பற்றிய பிரக்ஞை... நான் இப்போதான் போட ஆரம்பிச்சிருக்கேன்... நீங்க...'

தாமோதரன் குறுக்கிட்டான்: 'கலையைப் பொறுத்த வரையில் ஆரம்பம், அனுபவம் இதைப் பத்தியெல்லாம் எனக்கு நம்பிக்கை இல்லை. ஒரு சிறந்த கலைஞன், தன் முதல் படைப்பிலேயே தன்னை அறிவித்துக் கொள்கிறான். உங்க படங்களைப் பார்த்தப்புறம், நீங்க ஒரு நல்ல பெயிண்டர்ங்கிறதைப் பத்தி எனக்குக் கொஞ்சங்கூட சந்தேகமில்லே... ஐ மீன் திஸ்'...'

'தேங்க் யூ! உங்க படங்களைப் பார்த்தவுடன் எனக்குத் தோணித்து...'

'சொல்லுங்க...'

'நீங்க தாந்திரீக உபாசகர்னு... அதனால்தான் பெண்கள் உரிமைகளைப் பத்தி...'

'ப்ளீஸ்... அந்த கிளிஷெஸ்லாம் வேண்டாம். 'ஸர்ரியலிஸம், இம்ப்ரெஷனஸம், க்யூபிஸம்' மை காட்... ஐ ஹேட் தெம். நான் எனக்குள்ளே இருக்கிற ஏதோ ஒண்ணை அழிச்சுண்டு அந்தப் படமா அவதாரம் எடுக்கிறேன்... எஸ் தி சீக்ரெட் ஆஃப் ஆர்ட்

ஈஸ் செல்ஃப் ஆப்லிவியன். ஒவ்வொரு படமும் என்னுடைய புதுப்பிறவி, இது வெறும் கிளிஷேஸ்லே அடங்குற விஷயம் இல்லே... கலைதான் உண்மை. குள்ளமா, கோணல் மாணலா, முதுகுலே ஒரு பெரிய மூட்டையைச் சுமந்திண்டிருக்கிற தாமோ தரனாலே வண்ணம் வண்ணமா பார்க்கிறவங்க பிரமிக்கும்படியா தன்னை வெளிப்படுத்திக் கொள்ள முடியும். இதான் முக்கிய விஷயம். எஸ். தாமோதரன் ஒரு இல்யூஷன்... அவன் கலை... தி ரியாலிட்டி... ஹ... ஹ... ஹ... ஹா...'

திடீரென்று அவன் சிரிப்பதை நிறுத்திவிட்டு கண்களை மூடிக்கொண்டான்.

அவன் கண்களைத் திறப்பான் என்று அவள் பொறுமையாகக் காத்திருந்தாள். ஆனால் அவன் கண் திறப்பதாகத் தெரிய வில்லை.

தூங்கிவிட்டான் போலிருக்கிறது.

இப்பொழுது என்ன செய்வதென்று அவளுக்குப் புரியவில்லை. அவள் எழுந்து உள்ளே சென்றாள். புத்தக அலமாரி அருகே சென்று புத்தகங்களைப் பார்வையிடத் தொடங்கினாள்.

எல்லாமே அநேகமாக இலக்கியம், ஓவியம், தத்துவம் பற்றிய புத்தகங்கள். நாடக நூல்களும் இருந்தன. அலமாரியின் கீழ்த்தட் டில் ஓரமாக ஓர் ஆல்பம் இருந்தது. அதை எடுத்துப் பிரித்துப் பார்த்தாள்.

பல புகைப்படங்கள், பல நண்பர்களுடன் அவன் சேர்ந்து எடுத்துக் கொண்ட படங்கள், ஒன்று அவனுடைய குடும்பப் படம்போல் இருந்தது.

அவனுடைய அப்பா ஐ.ஸி.எஸ்.காரர் என்று இன்டர்நேஷனல் சென்டர் ராமச்சந்திரன் சொன்னது அவள் நினைவுக்கு வந்தது. ஒரு மிடுக்குடன் உட்கார்ந்திருந்தார். அவனுடைய அம்மாவும் பார்க்க அழகாக இருந்தாள். இருவரும் நல்ல உயரம். எடுப்பான தோற்றத்துடன் மிகவும் வசீகரமாகயிருந்த பெண் தாமோதரனின் சகோதரியாயிருக்க வேண்டும். அவளை முதன் முதலில் சந்தித்த போது, அவன் கூறியது அவள் ஞாபகத்துக்கு வந்தது. 'அந்த நாள் குயவன் கை ஆட்டத்தாலே நேர்ந்த பிழை நான்...' யாருடைய குரூர ஹாஸ்யம் இது?

இப்படியொரு அழகான குடும்பத்தில் பிறந்தது தன்னுடைய தவறு என்பதுபோல, அவன் அவர்களிடமிருந்து பிரிந்து தனியாக இருக்கிறான் என்று அவளுக்குத் தோன்றியது. அந்தப் படத்தையே அவள் சிறிதுநேரம் பார்த்துக் கொண்டிருந்தாள். இவன் இவ்வாறு பிறந்திருப்பது அவனுடைய குற்றம்தானா? விதி என்று கூறுவது கணக்கில் வரும் லெட் இட் பீ எக்ஸ் என்பதைப் போலத்தான்.

அவள் இன்று இப்பொழுது சென்டரில் எதேச்சையாகச் சந்தித்த ஒருவன் வீட்டில் அவன் பக்கத்து அறையில் தூங்கிக் கொண்டிருக்கும்போது, அவனுடைய ஆல்பத்தைப் பார்த்துக் கொண்டிருக்க போகிறாளென்று போன மாதம் இதே தேதி எண்ணிப் பார்த்திருப்பாளா? இது எதேச்சையாக ஏற்பட்ட சம்பவந்தானா அல்லது இதற்கு வேறு காரணம் இருக்கிறதா?

அருணுடன் ஒரு நல்ல இல்லத்தரசியாக அவன் உடைமை களில் ஒரு சிறந்த அலங்காரப் பொம்மையாக நடித்துக் கொண்டிருக்கும் போதெல்லாம் அது ஒரு வெஜிடபிள் வாழ்க்கையாகத்தான் இருந்தது. இப்பொழுதுதான் அவளால் அவளுடைய சுதந்தரத்தின் எல்லையை உணர முடிகிறது! 'நல்லதோர் வீணை செய்தே, அதை நலங்கெடப் புழுதியில் எறிவதுண்டோ?'

அப்பொழுது வாசலில் பேச்சரவம் கேட்டது. விம்மி வேகமாக வாசலை நோக்கிச் சென்றாள்.

தாமோதரன் தூங்கிக் கொண்டிருந்தான்.

ஐந்து இளைஞர்கள். மூன்று ஆண்கள்; இரண்டு பெண்கள். அவர்கள் விம்மியை ஏற இறங்கப் பார்த்தார்கள்.

'மிஸ்டர் தாமோதரனைத் தேடி வந்திருக்கிறீர்களா?'

'எஸ்' என்றான் அவர்களில் ஒருவன்.

'உள்ளே வாருங்கள். தூங்குகிறார். என் பேர் விம்மி... இன்று ரவீந்திர பவனில் இவரைச் சந்தித்தேன். அவரது படங்களைப் பார்ப்பதற்காக இங்கு வந்தேன்.'

அவர்கள் உட்கார்ந்தார்கள்.

ஜீன்ஸ், ஜெர்க்கின்ஸ் அணிந்திருந்த ஒரு பெண் கூறினாள்... 'நாங்கள் தாமோதரனின் நண்பர்கள். என் பேர் ரீனா' என்று சொல்லியவாறு மற்றவர்களை, 'கவிதா, டோனி, ப்ரேம், விநோத்' என்று அறிமுகப்படுத்தினாள்.

'உங்களைப் பற்றி தாமோதரன் இதுவரை குறிப்பிட்டதில்லை' என்றான் டோனி.

'குறிப்பிட்டிருக்க முடியாது. இன்றுதான் நாங்கள் நண்பர் களானோம்.'

'நீங்களும் ஓவியம் வரைவதுண்டா?' என்றாள் கவிதா. அழகான பெண். மேலே சால்வை போர்த்தியிருந்தாள்.

'எஸ்... இப்போதுதான் ஆரம்பித்திருக்கிறேன்.'

'உங்களை அழைத்து வந்துவிட்டு தாமோதரன் ஏன் தூங்கு கிறான்?' என்று கேட்டான் வினோத்.

நடந்ததைச் சொல்ல வேண்டுமா என்று விம்மி சற்று யோசித் தாள். சொன்னால் என்ன என்று தோன்றிற்று.

'தாமோ தூங்க ஆரம்பித்துவிட்டால் அவனை எழுப்பவே முடியாது' என்றான், ப்ரேம்.

'நீங்களும் சைத்ரிகர்கள்தானா?' என்று கேட்டாள் விம்மி.

'நோ... நானும் கவிதாவும் தியேட்டர். டோனி கவிதை எழுது கிறான். ப்ரேமும் வினோத்தும் பத்திரிகைக்காரர்கள்... சிறு கதைகள் எழுதுவதுண்டு' என்றாள் ரீனா.

'எங்களை ரவீந்திர பவனுக்கு வரச்சொல்லியிருந்தான் தாமோ, அவனுக்காக அங்கு காத்திருந்தோம்' என்றாள் கவிதா.

'ஐ ஆம் ஸாரி' என்றாள் விம்மி.

'நோ... உங்களைக் குற்றம் சாட்டவில்லை' என்றான் டோனி சிரித்துக்கொண்டே.

'நீங்கள் எங்கே இருக்கிறீர்கள்? பக்கத்தில்தானா?' என்றாள் ரீனா.

'பக்கத்தில் என்று சொல்ல முடியாது... கால்ஃப் லிங்க்ஸ்.'

'கால்ஃப் லிங்க்ஸ்! வாவ்' என்று முகம் ஆச்சரியத்தால் மலர கன்னங்களில் கையை வைத்துக் கொண்டாள் கவிதா.

'என் கணவர் ஒரு பிஸினஸ் எக்ஸிக்யூடிவ் ஆகவே நான் கால்ஃப் லிங்க்ஸில் இருப்பதும் என் குற்றம் என்று சொல்ல முடியாது.'

'ஓ! நீங்கள் திருமணம் ஆனவரா?' என்று கேட்டாள் ரீனா.

'அதுவும் என் குற்றம் என்று சொல்ல முடியாது.'

எல்லோரும் வாய்விட்டுச் சிரித்தார்கள்.

'வாட் ஈஸ் கோயிங் ஆன் ஹியர்?' என்ற குரல் கேட்டதும் அவர்கள் திரும்பினார்கள்.

தாமோதரன் எழுந்துவிட்டான்.

'விம்மி வருகையைக் கொண்டாடுவோம். வினோத், பாட்டிலை எடுத்துக் கொண்டு வா... டோனி, உன் கவிதைகளைப் படி... ஆ! 'வையந்தரும் இவ்வனமன்றி வாழும் சொர்க்கம் வேறுண்டோ?' என்றான் தாமோதரன் கண்களைக் கசக்கிக் கொண்டே.

அத்தியாயம் - 8

டெலிஃபோன் மணி ஒலித்துக் கொண்டிருந்தது. ஆனால் எடுப்ப வரைத்தான் காணோம். அருண் மணியைப் பார்த்தான். பத்தரை, சாதாரணமாக விம்மி நேரம் கழித்துத்தான் உறங்குவது வழக்கம். ஏதாவது புத்தகம் படித்துக் கொண்டிருப்பாள். எட்டு மணிக்கு ஃபோன் செய்தபோதும் ஒருவரும் எடுக்கவில்லை. டெலிஃபோனில் ஏதாவது கோளாறு இருக்குமோ?

சிறிதுநேரம் கழித்து டெலிஃ போனை எடுக்கும் சத்தம் கேட்டது.

'விம்மி... அருண் ஹியர்...'

'மெம் சா(ஹ)ப் இன்னும் வர வில்லை... பூர்ணிமாப் பேசறேன்.'

அருணுக்கு இச்செய்தி அதிர்ச்சியைத் தந்தது.

'வீட்டில் இல்லையா? எங்கே போனாள்?'

'ஏழு மணிக்கு ஒருவருடன் வந்தார். அவருடன்தான் போயிருக்கிறார் என்று நினைக்கிறேன்.'

'யார் அவர்?'

'எனக்குத் தெரியாது!'

'வந்தவுடன் ஃபோன் பண்ணச்சொல்... என் நம்பர்...'

அவன் தான் தங்கியிருந்த ஹோட்டல் நம்பரைச் சொன்னான்.

'இன்னொரு விஷயம். நான் நாளைக் காலை அங்கே வருகிறேன். சாப்பிட வந்துவிடுவேன்.'

எங்கே போயிருப்பாள்? யாருடன் போயிருப்பாள்? அவன் ஒரு மணிநேரம் தன் அலுவலக வேலைகளில் மும்முரமாக இருந்தான். விம்மியிடமிருந்து ஃபோன் வரவில்லை.

மறுபடியும் ஃபோன் செய்தான். பூர்ணிமாதான் எடுத்தாள்.

'இன்னும் வரவில்லை.'

'யாருடன் போனாள்?'

'அவர் ஓர் ஓவியர் என்று நினைக்கிறேன். அவரிடம் தம் படங்களைக் காட்டிக் கொண்டிருந்தார்.'

அருண் ஃபோனைக் கீழே வைத்தான்.

ஓவியன்! ஹூ ஈஸ் தட் பாஸ்டர்ட்? விம்மியா இப்படிச் செய்கிறாள்? அவளுக்கு என்ன வந்துவிட்டது? அன்று அவள் தன்னுடன் வழக்காடியதெல்லாம் திட்டமிட்டுச் செய்த முன்னேற்பாடா? நோ... நோ... இதை அவனால் நம்ப முடியவில்லை.

விம்மி அவனுக்கு ஏன் துரோகம் செய்யவேண்டும்? அவன், அன்று அவள் அப்படிப் பேசியதிலிருந்து அலட்சியமாக இருந்தது வாஸ்தவம்தான். தானாகவே தன் செய்கைக்கு வருந்தி அவள் மன்னிப்புக் கேட்பாள் என்றுதான் அவன் எதிர்பார்த்தான்.

அவள் பொறாமையைத் தூண்டுவதற்காகத்தான் அவன் ராதிகா வுடன் பம்பாய் செல்ல இருப்பதாகச் சொன்னான்.

ஆனால்... அவள் அவனைப் பற்றிக் கவலைப்படவேயில்லை என்று இப்பொழுது புரிகிறது. அவன் அறையை விட்டு வெளியே வந்தான். ராதிகாவின் அறையில் விளக்கில்லை. தூங்கி விட்டாள் போலிருக்கிறது. சிறிது நேரம் அங்கேயே நின்றான். யாருடனாவது இப்பொழுது பேசவேண்டும் போல் அவனுக்குத் தோன்றியது.

ராதிகா தப்பாக நினைத்துக்கொள்ள மாட்டாள். அவன் காலிங் பெல்லை அழுத்தினான்.

விளக்கு எரிந்தது. ராதிகா கதவைத் திறந்தாள். உடம்பெல்லாம் தெரியும் மிக மென்மையான நைட்கவுன். அவனுக்கு உடம்பு வியர்த்தது.

'வாட் ஹாஸ் ஹாப்பென்ட், அருண்?'

'டெல்லிக்கு ஃபோன் பண்ணினேன். விம்மி வீட்டிலில்லே...'

'வாட் டூ யு மீன்?'

'யாரோ ஆர்ட்டிஸ்ட் சாயந்திரம் வந்தானாம். அவனோட போனாளாம். இன்னும் வரல்லே...'

ராதிகா அவனையே பார்த்துக்கொண்டு சிறிது நேரம் நின்றாள்.

'கம் இன்...'

அவன் உள்ளே போய் நாற்காலியில் அமர்ந்து கொண்டான். சிகரெட்டைப் பற்றவைத்துக் கொண்டான்.

ராதிகா கட்டிலில் உட்கார்ந்தாள்.

'நீங்கள் சொல்லாவிட்டாலும் நான் யூகித்தேன். கொஞ்ச நாள்களாக உங்களுக்குள்ளே ஏதாவது மனஸ்தாபமா?' என்று கேட்டாள் ராதிகா.

அருண் பேசாமல் இருந்தான்.

'சொல்லுங்களேன் அருண்...'

'அன்னிக்கு உன் வீட்டுக்கு வந்தேன் பாரு... ரமேஷ் வரலேன்னு ஃபோன் பண்ணியே... அன்னிலேந்துதான் ஆரம்பிச்சுது. எஸ்... யூ வேர் ரைட்... இந்த விம்மியை எனக்குத் தெரியவே தெரியாது. ஆல் ஏஞ்சல்ஸ் ஆர் மேட் ஆஃப் க்ளே... இது எனக்கு எவ்வளவு பெரிய அதிர்ச்சி தெரியுமா? நான் அவளுக்குத் துரோகமே பண்ணலே... ஐ லவ் ஹர்... பட் அவ ஏன் இந்த மாதிரி செய்யணும்? எனக்கு ஒண்ணுமே புரியலே.'

'யார் அவன்?'

'ஐ டோன்ட் நோ...' என்று குரலைச் சற்று எழுப்பிக் கூறினான் அருண்.

'ப்ளீஸ்... மெல்லப் பேசுங்க... மத்தவங்க தூங்க வேண்டாமா? நத்திங் ஹாஸ் ஹாப்பென்ட்...'

'நத்திங் ஹாஸ் ஹாப்பென்ட்?'

'என்ன நடந்துடுத்து? ரமேஷ் என்னை விட்டுப் போயிட்டான். நான் செத்தாப் போயிட்டேன்?'

'உன் கேஸ் டிஃபரெண்ட், யூ ஆர் நாட் சென்டிமெண்ட்ஸ், பட் ஐ ஆம்...'

'இப்போ என்ன செய்யப் போறீங்க? உலகத்திலே யாருக்கும் யாரும் பொறுப்பில்லே. ஒவ்வொருத்தர் வாழ்க்கையும் அவரவருக்குத்தான் சொந்தம். நீங்கதான் குடும்பம், பாசம், வீடுன்னா அது ஒரு புனிதமான விஷயம் அப்படி இப்படின்னு பத்தாம்பசலித்தனமான கொள்கைகளோட இருந்து வந்திருக்கீங்க; உங்களோட கற்பனைக்கெல்லாம் விம்மியா காரணம்?'

'உலகத்திலே எதற்குமே அர்த்தமில்லையா?'

'எதுக்கு அர்த்தமுண்டு? அப்பப்போ வாழ்ந்துண்டிருக்கிற அந்த நிமிஷத்துக்குத்தான் அர்த்தமுண்டு. அதை அர்த்தமாக்கிக்கறதும், நம்ம கையிலேதான் இருக்கு.'

'நீ இதை நம்பறியா?'

'யூ நோ... எனக்கு நம்பிக்கை இல்லேன்னா, அதைப் பத்தி நான் பேசமாட்டேன்.'

'நான் இப்போ நீ சொன்னதை நம்பறயான்னு கேக்கலே. விம்மி இப்படிப் போயிருப்பாள்னு நீ நம்பறயா?'

'ஹௌ டு ஐ நோ? கல்யாணமாகிப் பதினைந்து வருஷம் கூட இருந்த ரமேஷை என்னாலே புரிஞ்சுக்க முடியலே... விம்மியைப் பற்றி நான் என்ன சொல்ல முடியும்? நீங்கதான் சொல்லணும்.'

'விம்மிக்குள்ளே இன்னொரு விம்மி இருக்கலாம்னு நீதானே சொன்னே? அப்போ நான் நம்பலே... பட்...' மேலே ஒன்றும் சொல்லாமல் அவன் நாற்காலியில் சாய்ந்துகொண்டான்.

ராதிகா சிகரெட்டைப் பற்றவைத்துக் கொண்டாள். சற்று நேரம் அங்கு அமைதி நிலவியது.

'ஆமாம். விம்மி இப்படிப் போயிருப்பான்னு நீ நம்பறியான்னு கேட்டா இதுக்கு என்ன அர்த்தம்? நான் எதுக்கு நம்பணும்? அது எனக்கு அனுகூலமா இருக்கும்னா?'

அருண் சற்றுத் திடுக்கிட்டு நிமிர்ந்து உட்கார்ந்தான்.

'வாட் டு யூ மீன்? நான் அந்த அர்த்தத்திலே கேட்கவேயில்லே... 'நீ நம்பறயான்னா, டு யூ ஹோப் ஸோ' ன்னு அர்த்தமில்லை. 'டு யூ பிலீவ் ஸோ?' ன்னு அர்த்தம். நான் தமிழ்லே சொன்னதை நீ ஏன் இங்கிலீஷ்லே மொழிபெயர்த்துண்டு கஷ்டப்படறே?' என்றான் அருண்.

'உங்கள் அடி மன நினைவின் விளைவாக இப்படி நீங்கள் சொல்லியிருக்கக் கூடுமென்று நான் நினைத்தேன்' என்றாள் ராதிகா ஆங்கிலத்தில்.

'என் அடி மனம் ஏன் இவ்வாறு நினைக்கவேண்டும்?'

'நான் இவ்வாறு நம்பக் கூடுமென்று நீங்கள் நம்பலாம் அல்லவா?'

அவளைப் பார்த்துக்கொண்டே, அவள் சொன்னதைச் சிறிது நேரம் சிந்தித்துப் பார்த்தான் அருண். அவள் தலையணையில் சாய்ந்தவாறு கைகளைத் தலைக்குப் பின்னால் கட்டிக்கொண்டு இவ்வாறு கூறினாள்.

'உன் அடி மனம் என்ன நினைவில் ஆழ்ந்திருக்கிறது?' என்றான் அருண்.

'நிறைய மனத்தடைகள் உள்ளவர்களுக்குத்தான் அடி மனம் சுறு சுறுப்பாக இருக்கும். எனக்கு எந்தவிதமான மனத்தடைகளும் இல்லை. வாழ்ந்து கொண்டிருக்கிற நிமிஷத்தை அர்த்துமுள்ள தாக்கிக் கொள்ள நான் தயங்கியதே கிடையாது' என்றாள் ராதிகா புன்னகையுடன்.

'விம்மி இப்போது அவளுடைய இந்த நிமிஷ வாழ்க்கையை அர்த்தமுள்ளதாக்கிக் கொண்டிருக்கிறாள் என்று நீ நினைக் கிறாயா?'

ராதிகா சிரித்துக்கொண்டே எழுந்து உட்கார்ந்தாள்.

'விம்மி இப்பொழுது என்ன செய்து கொண்டிருக்கிறாள் என்று எனக்குத் தெரியாது. ஆனால் அவள் இந்த நிமிஷ வாழ்க்கையை அர்த்தமுள்ளதாக்கிக் கொண்டிருப்பதாக, நீங்கள் நினைத்தால் தான் - அல்லது, உங்கள் மொழியில் சொல்லப் போனால், உங்களுக்குத் துரோகம் செய்வதாக நீங்கள் உறுதியாக நம்பினால் தான் - அவளுடைய இந்தச் செய்கை, நீங்கள் உங்களுடைய இந்த நிமிஷ வாழ்க்கையை அர்த்தமுள்ளதாக்கிக் கொள்வதை நியாயப் படுத்தும் என்று நீங்கள் நினைக்கிறீர்களா? தொழில்துறையில் லாபமே எல்லாவற்றையும் நியாயப்படுத்தும் என்ற முறையில் எந்தவிதமான மனத்தடையுமின்றிச் செயல்படும் நீங்கள், தனிப்பட்ட உங்கள் சொந்த வாழ்க்கையில் இத்தனை மனசாட்சித் தொந்தரவுகளுடன் இருப்பது எனக்கு ஆச்சரியமாக இருக்கிறது.'

'விம்மி வந்து விட்டாளா என்று ஃபோன் செய்து பார்க்கலாமா?'

'தயவு செய்து உங்கள் அறைக்குச் சென்று ஃபோன் செய்யுங் கள்... எனக்குத் தூக்கம் வருகிறது' என்று சொல்லிக்கொண்டே எழுந்து நின்றாள் ராதிகா.

அருணுக்கு அவள் இவ்வாறு தன்னை அவளிடமிருந்து வெட்டிக் கொள்வதுபோல் பேசியது, அசாத்திய எரிச்சலைத் தந்தது.

'வொய் டோண்ட் யு அண்டர்ஸ்டாண்ட் மீ?' என்று குரலை சற்று எழுப்பி நாற்காலியின் கையைத் தன் முஷ்டியினால் குத்தியவாறு கேட்டான்.

'நான் என்ன புரிந்துகொள்ள வேண்டும்? உங்களுக்கு உங்கள் மனைவி மீதுள்ள பாசத்தையா? அதை உங்கள் அறைக்குச் சென்று டெல்லிக்கு ஃபோன் செய்து, இந்த ஹோட்டல்

அதிரும்படியாக அறிவியுங்கள், யார் வேண்டாமென்கிறார்கள்? என் அறையில் வேண்டாம். அதுதான் என் வேண்டுகோள். உங்களை எல்லாரும் புரிந்துகொள்ள வேண்டும், மற்றவர்களை நீங்கள் புரிந்து கொள்ளக் கூடாதா!'

அருண் கண்களை மூடிக்கொண்டான். அவன் சிந்திக்கிறானா, தூங்குகிறானா என்று அவளுக்குப் புரியவில்லை. அவனைப் பார்த்தால் பரிதாபமாக இருந்தது. விம்மியை அந்த அளவுக்கு அவன் விரும்புகிறானா? அவன் அவளிடம் இதைப்பற்றி விவாதிக்க எதற்காக வந்தான்? 'விம்மியைப் பற்றி சந்தேகப் படவேண்டாம். அவள் உங்கள் அன்புக்குத் தகுதியான பெண் தான்' என்று அவன் விரும்பிக் கேட்க நினைத்ததை அவள் சொல்வாள் என்று எதிர்பார்த்தானா, அல்லது விம்மி தனக்கு இப்படி - அவன் பாஷையில் சொல்லப்போனால் - 'துரோகம்' செய்து விட்டாளே, தான் மட்டும் அவளிடம் நியாயமாக நடந்து கொள்ள வேண்டியது அவசியம்தானா என்ற மன உந்துதலில் அவளை இதற்கு ஒரு கருவியாகப் பயன்படுத்திக் கொள்ள நினைத்தானா? இல்லாவிட்டால்... அவனுக்கு அவளிடம் அடிமனத்தில் எப்பொழுதுமே ஓர் ஈடுபாடு இருந்து, விம்மி இவ்வாறு செய்துவிட்டாளே என்று அவன் நினைப்பது ஒரு வியாஜ்யந்தானா? அவனுக்கே இதுபற்றிப் புரியாமல் இருக்கக்கூடும்.

இவனா இன்று மத்தியானம் தொழில் துறை ரீதியாக மனிதர் களின் அந்தரங்கப் பலங்களையும் பலவீனங்களையும் புரிந்து கொண்டு பிரமிக்கத் தக்க சாமர்த்தியத்தை வெளிப்படுத்தி, கம்பெனிக்கு லட்சக்கணக்கில் லாபம் வருவதற்கான ஏற்பாடுகள் செய்தான்? அவனுடைய வேகத்துக்கு மற்றவர்களால் ஈடு கொடுக்க முடியவில்லை. சாதாரணமாக உணர்ச்சி வயப்படாத அவளே இன்று மத்தியானம் அவனுடைய ஆற்றலையும் திறமையையும் கண்டு வியந்து, அவன்பால் மனம் நெகிழ்ந் திருக்கிறாள்.

அவன் கண்களைத் திறக்காமலே உட்கார்ந்திருந்தான்.

அவள் அவனருகே சென்று அவன் தலை மயிரைக் கோதினாள்.

அவன் மெதுவாகக் கண்களைத் திறந்து அவளைப் பார்த்தான்.

'வொய் ஷுட் விம்மி டூ திஸ் டு மி?' என்றான் ஈனஸ்வரத்தில்.

'அவள் என்ன செய்துவிட்டதாக நீங்கள் நினைக்கிறீர்கள் என்றே எனக்குப் புரியவில்லை' என்றாள் ராதிகா.

'இது தப்பாகவே உனக்குப் படவில்லையா?'

'எது?'

'ஸம் பாஸ்டர்ட், ஆர்ட்டிஸ்ட்...' என்று அவன் ஆரம்பிப்பதற்குள் அவள் இடைமறித்தாள். 'ப்ளீஸ்... நீங்கள் விம்மியை விரும்பின அளவு அவ உங்களை விரும்பினதா என்னிக்காவது உங்ககிட்டச் சொல்லியிருக்காளா? யு டுக் எவ்ரி திங் ஃபார் கிரான்டட்... அழகான பொண்ணு பார்த்தீங்க, கல்யாணம் பண்ணிண்டீங்க... அவ விருப்பு, வெறுப்பைப் பத்தி உங்களுக்கு ஏதாவது தெரியுமா?'

'நான் பார்ப்பதற்கு அவ்வளவு ஒண்ணும் மோசமாயில்லே... ஃபாமிலி பேக்ரவுண்ட், படிப்பு... உத்தியோகம் எந்த விதத்தில் நான் குறைச்சல்? ஒரு மத்தியதரக் குடும்பப் பெண்ணுக்கு வேறென்ன வேணும்?'

'உங்களுடைய இந்த ஆட்டிடியூட்தான் அவளுக்குப் பிடிக்காம இருக்கலாம்.'

'வாட் ஆட்டிடியூட்? ஆம் ஐ நாட் எ சக்ஸஸ்ஃபுல் மேன்?'

'நீங்க வாழ்க்கையிலே எது வெற்றின்னு நினைக்கிறீங்களோ, அது அவளை இம்ப்ரெஸ் பண்ணணும்னு என்ன அவசியம்? ஒவ்வொருத்தருக்கும் எது முக்கியமாகப் படறதுங்கிறதைப் பொறுத்த விஷயம் இது... நீங்க இன்னி மத்தியானம் எல்லோரையும் சமாளிச்சு அவுங்களை நீங்க சொன்ன இடத்திலே கையெழுத்துப் போடவெச்சது... ரியலி ஐ வாஸ் ஸ்வெப்ட் ஆஃப் மை ஃபீட்... பட்... விம்மி இன்னிக்கு உங்களோட இருந்திருந்தா, அவளை நீங்க இம்ப்ரெஸ் பண்ணியிருப்பீங்கன்னு எப்படிச் சொல்ல முடியும்? அவளுடைய அளவுகோலே வேறயா இருக்கலாம்.'

அருண் எழுந்திருந்தான்.

'டு யூ ஹாவ் எ ட்ரிங்?' என்று அவன் கேட்டதும் அவள் ஆச்சரியமடைந்தாள்.

'இல்லே... என்ன இந்த நேரத்திலே திடீர்னு.'

'கீழே போய்ப் பார்க்கிறேன்.'

'மணி என்ன தெரியுமா - ஒண்ணு. கீழேயும் கிடைக்காது.'

'பாட்டில் கிடைச்சதுன்னா வாங்கிண்டு வரேன். வாட் அபௌட் யூ?'

'பாட்டில் கிடைக்காது இந்த நேரத்திலே?'

'நான் வாங்கிண்டு வந்தேன்னா, இட் ஈஸ் ஆன் யு... ஆல்ரைட்?'

'ஓகே.'

அருண் தன் அறைக்குச் சென்று பர்ஸை எடுத்துக்கொண்டு கீழே சென்றான்.

பார் மூடியிருக்கும் என்பது, அவனுக்குத் தெரிந்ததுதான். ஆனால் எப்படியாவது ஒரு பாட்டில் வாங்கியாக வேண்டும். இது அவனுடைய திறமைக்கு ஒரு சவால்.

லாபிக்குச் சென்றபோது, டியூட்டி முடிந்து, உடை மாற்றியிருந்த பார் ரூம் கேப்டன், 'குட் நைட் சார்' என்றான்.

'ஸ்காட்ச் ஒரு பாட்டில் வேண்டும்' என்று புன்னகையுடன் கூறியவாறு அவன் தோளில் கை வைத்தான்.

'ஐ ஆம் ஸாரி சார்... திறந்து கொடுப்பது என்பது மிகவும் கஷ்டம்' என்றான் கிஷன்.

அருண் அவனிடம் ஐந்து நூறு ருபாய் நோட்டுகளைக் கொடுத்தான்.

'உங்கள் அறைக்குச் செல்லுங்கள். கொண்டு வருகிறேன்... 139 தானே?' தன் அறைக்குச் சென்ற அருணுக்கு மறுபடியும் விம்மிக்கு ஃபோன் செய்து பார்க்கலாமா என்று தோன்றிற்று.

ஆபரேட்டர் குரலில் சிறிது எரிச்சல் தெரிந்தது. அவன் ஒரு முக்கியமான புள்ளி என்பதும் ஆபரேட்டருக்குத் தெரிந்த விஷயம்தான். தட்டிக் கழிக்க முடியாத நிர்ப்பந்தத்தில் அவன், 'லைன் கிடைத்ததும் உங்களைக் கூப்பிடுகிறேன்' என்றான்.

லைன் கிடைத்துவிட்டது. டெலிஃபோன் ஒலித்துக் கொண்டிருந்தது. சிறிது நேரம் கழித்து 'ஹல்லோ' என்ற குரல் கேட்டது.

விம்மிதான்.

'எங்கே போயிருந்தே நீ?'

'தாமோதரன்னு ஒரு ஆர்ட்டிஸ்ட். அவர் வீட்டுக்குப் போயிருந்தேன். அரை மணி முன்னாலேதான் வந்தேன்.'

'அங்கே என்ன பண்ணிண்டிருந்தே? ஏன் இத்தனை நேரம்?'

'இந்தக் கேள்வியை நான் எப்பொழுதாவது உங்களைக் கேட்டிருக்கிறேனா மிஸ்டர் அருண்...' என்று சொல்லிக் கொண்டே ஃபோனைக் கீழே வைத்துவிட்டாள் விம்மி.

அருணுக்கு அடக்க முடியாத சினம்.

பெல் ஒலித்தது. அவன் கதவைத் திறந்தான். கிஷன் புன்னகை யுடன் பழுப்பு நிறக் காகிதத்தில் சுற்றப்பட்டிருந்த பாட்டிலை அவனிடம் கொடுத்தான்.

'தேங்க்... யூ... கிஷன்.'

தன் கதவைப் பூட்டிக்கொண்டு ராதிகா அறைக்குச் சென்றபோது, அவள் ஏதோ புத்தகம் படித்துக்கொண்டிருந்தாள். அவனைப் பார்த்ததும் அவள் கவனம் அவன் கையிலிருந்த பாட்டிலில் சென்றது.

'யு ஆர் ரியலி க்ரேட். அருண்.'

'அன்ட் இட் ஈஸ் ஆன் யு...'

'அஃப்கோர்ஸ்' என்றாள் ராதிகா.

அவள் கண்ணாடித் தம்ளர்களையும், தண்ணீர் வைத்திருந்த கோல்ட் ஃப்ளாஸ்கையும் அவனெதிரே மேஜை மீது வைத்தாள்.

அவன் வாசற்கதவைத் தாளிடும்போது, அருண் அவளைத் திரும்பிப் பார்த்தான்.

அவள் புன்னகை செய்தவாறே அவனருகில் வந்து உட்கார்ந் தாள்.

அத்தியாயம் - 9

நேற்றிரவு அருண் இரண்டு தடவை ஃபோன் செய்தான் என்று பூர்ணிமா கூறிய தகவல், விம்மிக்குச் சற்று எரிச்சலைத் தந்தது. யாருடன் சென்றாள் என்று அவன் வின வினான் என்று பூர்ணிமா சற்று அழுத்தமாகவே சொன்னாள். அவனைப்போல் அவளுக்கும் தன்னைப் பற்றிய சந்தேகம். இந்தச் சந்தேகத்தின் காரணமாகவே, பூர்ணிமாவிடம் இயல்பாகக் காணப் படும் உற்சாகம், நேற்றிரவிலிருந்து இல்லை. காலையில் இயந்திர ரீதி யாக அவளுக்குக் காபியைக் கொடுத்துவிட்டுப் போய்விட்டாள்.

இரண்டு தடவை ஃபோன் செய்தது போதாதென்று மூன்றாம் தடவை யாக ஒன்றரை மணிக்கு அவள்

எங்கே போயிருந்தாள் என்று கேட்டதுதான் அவளுக்குச் சின மூட்டியது.

தாமோதரன் சொன்னது வாஸ்வதம்தான். இது ஓர் ஆண் ஆதிக்கமுடைய சமூகம் என்பதைப் பற்றிச் சந்தேகமில்லை. பொருளாதாரப் பாதுகாப்பு அளிக்கிறான் என்ற ஒரே காரணத் துக்காகக் கணவனின் நடவடிக்கைகளைப் பற்றிக் கேட்க மனைவிக்கு உரிமை இல்லை. இல்லற தர்மத்தில் விதிக்கப்படும் எல்லா லட்சியப் பண்புகளும் மனைவிக்குத்தான். 'தெய்வம்' என்ற 'சீல்' குத்தி அவளைக் கர்ப்பகிருஹத்தில் அடைத்து விட்டால், கணவன் மனிதன் என்ற முறையில் எப்படி வேண்டு மானாலுமிருக்க அனுமதி அளித்து விடுகிறது இந்தச் சமூகம்.

நேற்றிரவு அவள் சந்தோஷமாயிருந்ததுபோல், எப்பொழுதும் இருந்ததேயில்லை. கல்யாணமாவதற்கு முன்பு, அம்மாவின் ஆதிக்கம். கல்யாணமான பிறகு கணவனுக்கு அனுசரணையாக இருக்க வேண்டிய நிர்ப்பந்தம்... எப்பொழுது அவள் தன் மனத்தில் தோன்றுவனவற்றை வெளிப்படையாக விவாதித்து, அவளுக்கென்று ஒரு தனி முகம் உண்டு என்பதைச் சமூகத்துக்கு உணர்த்தியிருக்கிறாள்?

முதல் நாள் இரவு நடந்த சம்பவங்கள் அவள் மனக்கண் முன் நிழலாடிக் கொண்டிருந்தன.

டோனி, ஆங்கிலத்தில் எழுதிய தன் கவிதைகளைப் படித்துக் கொண்டிருந்தான். தியானத்தில் ஆழ்ந்திருப்பவர்களைப்போல் மற்றவர்கள் கையில் தம்ளர்களுடன் அவன் படிப்பதைக் கண்கள் மூடிய நிலையில் கேட்டுக் கொண்டிருக்கிறார்கள். முதலில் தனக்கு விஸ்கி வேண்டாம் என்று சொல்லத்தான் விம்மி நினைத் தாள். அவள் வேண்டாமென்று கூறியிருந்தால்கூட மற்றவர்கள் அவளை வற்புறுத்தியிருக்கப் போவதில்லை. அவள் அருண் கொடுக்கும் இத்தனை விருந்துகளில் கலந்து கொண்டிருந்தா லும், ஒரு சமயம்கூடக் குடித்ததில்லை. அவளுக்கு இந்தப் பழக்கம் கிடையாது என்று நண்பர்களிடம் அருண் பெருமை யாகச் சொல்லும்போதெல்லாம், 'என்னுடைய உடைமையைப் பார், அப்பழுக்கற்றது' என்ற தொனிதான் மேலோங்கி யிருப்பதுபோல் அவளுக்குத் தோன்றும்.

குடித்துப் பார்த்தால்தான் என்ன என்று அவளுக்கு நேற்றிரவு தோன்றிற்று. அந்த இடத்தில், 'உங்களைவிட நான் எவ்வளவு

புனிதமானவள்' என்று காட்டிக்கொள்ள விரும்பவுமில்லை. ஆகவே கண்ணாடித் தம்ளரை அவளிடம் கொடுத்தவுடன் அவள் வாங்கிக்கொண்டுவிட்டாள். டோனி படித்துக் கொண்டிருந் தான்.

'எண்ணத்துக்கும் எழுத்துக்கும்
இடைநின்றப் பெருவெளியை
விளக்கேற்றி காண்பதற்கு
மௌனத்தின் தலைநின்றேன்
மோட்சத்தின் தலைவாசல்!'

அவன் படிப்பதை நிறுத்திவிட்டு எல்லோரையும் பார்த்தான். சிறிது நேரம் அங்கு அமைதி நிலவியது.

தாமோதரன் சொன்னான்: 'குட் நல்ல கவிதை. மௌனத்தின் தலை நின்றால்தான் மோட்சத்தின் எல்லையின்மை நமக்குப் புலப்படும். மோட்சம் என்பதும் நம்முடைய சுதந்தரத்தைப் பற்றிய பிரக்ஞை என்பதும் ஒன்றுதான்.'

'சுதந்தரம் வரம்பற்றது என்கிறீர்களா?' என்றாள் விம்மி.

'சுதந்தரத்தைப் பற்றிய பிரக்ஞை... சிந்தனைக்குத் தளைகளே இல்லை. எழுத்து என்பது சிந்தனையின் கொச்சை. எண்ணத் துக்கும் எழுத்துக்கும் இடையே உள்ள இடைவெளியை மௌனத்தின் சாயைகள் மூலமாகத்தான் வெளிப்படுத்த முடியும். இதை வெளிப்படுத்தும் ஆற்றலைப் பொறுத்துத்தான் உள்ளது ஓர் இலக்கிய ஆசிரியனின் தரம்' என்றான் தாமோதரன்.

'நடைமுறை வாழ்க்கையில் பரிபூரண சுதந்தர நிலையில் வாழ்வதென்பது இயலாத காரியாமா?' என்று கேட்டாள் விம்மி.

'ஒருவனால் சிந்திக்க முடியும் என்பதுதான், அவனுடைய சுதந்தரம். அதே சிந்தனை எழுத்து வடிவம் பெறுவதென்பது, சொல்கின்றவனின் ஆற்றலின் எல்லையைப் பொறுத்த விஷயம். பரிபூரண சுதந்தரம் என்பது, இதேபோல் சிந்தனை அளவாகப் பார்க்கும்போது, கட்டுப்பாடற்றது. கருத்து எழுத்தாக வெளிப் படுவதுபோல், இச்சுதந்தரம், மனித வாழ்க்கை என்று சமூகச் செயலாக இயங்கும்பொழுது பலவிதமான வரம்புகளுக்கு உட்பட வேண்டியிருக்கிறது. சிந்தனைக்கும் செயலுக்கும் இடை வெளி இல்லாதவாறு ஒருவனால் நடைமுறை வாழ்க்கையை

நடத்த முடிந்தால், அதுதான் அவனுடைய மோட்சம். சுதந்தர வாழ்வின் எல்லை.'

'நீங்கள் அத்தகைய வாழ்க்கை நடத்துகிறீர்கள் என்று சொல்ல முடியுமா?' என்று புன்னகையுடன் கேட்டாள் விம்மி.

'இல்லை. நான் அப்படி வாழ்ந்தால் இந்த எக்ஸிபிஷன்லே கலந்து கொண்டிருப்பேனா? கைதட்டல் வேண்டுமென்கிறவரை ஒரு கலைஞன் பரிபூரண சுதந்தர நிலையில் வாழ்கிறான் என்று சொல்ல முடியாது. சொல்வதைச் சொல்லிவிட்டு, எந்த அளவுக்கு ஒரு கலைஞன் அநாமதேயனாக வாழ்கிறானோ, அந்நிலைதான் அவனுடைய சுதந்தரம். நம்முடைய உபநிஷத் ஆசிரியர்களைப் பற்றி நமக்கு என்ன தெரியும்? அவர்கள் பரிபூரண சுதந்தர நிலையில் வாழ்ந்தவர்கள்.'

தம்ளரைக் காலி செய்திருந்த வினோத், விஸ்கியைத் தன் தம்ளரில் ஊற்றிக் கொண்டே சொன்னான்: 'எந்தக் கலைஞனும் சமூகம் தன்னை அடையாளம் கண்டுகொள்ள வேண்டும் என்பதைத்தான் விரும்புவான். ஒருவனுக்கு ஆற்றல் இருந்தால் அது அவனுடைய தன்முனைப்பின் காரணமாகத்தான் கலையாக வெளிப் படுகிறது. மற்றவர்களிடமிருந்து அவன் எந்த வகையில் வேறு பட்டவன் என்று எடுத்துக்காட்ட வேண்டுமென்ற அரிப்பு... எவனும் அவன் உண்மையிலேயே கலைஞனாக இருந்தால், அநாமதேயனாக இருக்க விரும்பமாட்டான். அவன் விரும்பு வதற்கோ வெறுப்பதற்கோ ஒரு சமூகம் வேண்டும்.'

'அந்த அளவுக்கு அவன் பரிபூரண சுதந்தர நிலையில் இல்லை என்பதுதான் என் வாதம். தான் விரும்புவதற்கோ அல்லது வெறுப்பதற்கோ ஒரு சமூகம் தேவை என்று ஒரு கலைஞன் கருதினால், இதுதான் அவன் தன்னை விடுவித்துக் கொள்ள முடியாத சமூகத்தளை' என்றான் தாமோதரன்.

'உபநிஷத் ஆசிரியர்களைக் கலைஞர்கள் என்று சொல்ல முடியாது. அவர்கள் தத்துவப் பேரறிஞர்கள்' என்றான் ப்ரேம். அவனும் தன் தம்ளரைக் காலி செய்துவிட்டு பாட்டிலை எடுத்தான்.

'விம்மி... என்ன நீங்கள் இவ்வளவு, இவ்வளவு மெதுவாக?' என்று கேட்டாள் ரீனா.

விம்மி பதில் கூறாமல் புன்னகை செய்தாள்.

அவள் பக்கம் திரும்பிய தாமோதரன் சொன்னான்: 'குடிப்பது என்பது இந்த இடத்தில் உள்ள நியதி. குடிக்காமலிருந்தால் எங்கள் மனம் புண்படும் என்ற காரணத்துக்காக நீங்கள் குடிக்க வேண்டாம். நீங்கள் நீங்களாகவே இருங்கள்... அதுதான் இந்த இடத்தின் நியதி...'

'தேங்க் யூ. நான் இதுவரை குடித்தது கிடையாது... என்னுடைய கணவர் தொழில் துறையில் பெரிய புள்ளி என்ற காரணத்தால், எங்கள் வீட்டில் அநேகமாக வாரத்துக்கு இருமுறை விருந்துகள் நடப்பதுண்டு. ஆனால் நான் குடித்தது இல்லை. இன்றுதான் குடித்துப் பார்க்கலாமே என்று தோன்றிற்று...' என்றாள் விம்மி.

'ஐ ஸீ...' என்று அவளிடம் செயற்கை ரீதியாகச் சொல்லிவிட்டு, ப்ரேமிடம் தாமோதரன் சொன்னான்: 'தத்துவம் வேறு. கலை வேறு என்று நீ நினைப்பதே தவறு. சிறந்த தத்துவப் பேராசிரியர்க ளெல்லாம் உயர்ந்த கலைஞர்கள் என்பதுதான், என்னுடைய அபிப்பிராயம். சரி, இலக்கிய ஆசிரியர்களோ அல்லது நுண் கலை வல்லுநர்களோதாம் கலைஞர்கள் என்று நீ சொல்வது போல் வைத்துக் கொண்டாலும், அஜந்தா சிற்பங்களை வரைந்தவர்களின் பெயர்களை உன்னால் சொல்ல முடியுமா?

நாட்டிய சாஸ்திரத்தை எழுதிய பரத முனிவர் என்பவர் யார்? இன்னும் சொல்லப் போனால், வால்மீகி, வியாசர் இந்தப் பெயர்கள் எல்லாமே கற்பனை, வரலாற்றுக்கு அளிக்கப்பட்ட சலுகைகள், கூறிக்கொண்டே வினோத்திடம் தன் தம்ளரை நீட்டினான் தாமோதரன்.

விம்மிக்கு அவன் தன்னிடம் 'ஐ ஸீ' என்று இயந்திர ரீதியாகக் கூறியது அவள் சொன்னதை அவன் கவனிக்கவேயில்லை என்பதை உணர்த்தியது. ப்ரேம் கூறியது பற்றி அவன் யோசித்துக் கொண்டிருந்தான் போலிருக்கிறது. அவள் வீட்டில் நடக்கும் விருந்துகளைப் பற்றி அவளும் பேசியிருக்க வேண்டா மென்றுதான் விம்மிக்குப்பட்டது.

இப்பொழுது யோசித்துப் பார்க்கும்போது, அந்த இடத்தில் அது பொருத்தமில்லாமல்தான் ஒலித்திருக்க வேண்டும்.

இப்பொழுது ஒலிக்கும் வாசல் மணியைப்போல...

தன் நினைவுகளினின்றும் விடுபட்டு, விம்மி வாசலை நோக்கிச் சென்றாள்.

அருண்...

அவன் அவளிடம் பேசவில்லை. நேராகத் தன் அறையை நோக்கிச் சென்றான்.

தானும் அவனுடன் அவன் அறைக்குப் போகலாமா என்று ஒரு கணம் யோசித்தாள் விம்மி. அப்படிப் போனால் அவள் ஏதோ குற்ற மனப்பான்மையில் அவதிப்படுவதுபோலக் காட்டும்.

அவள் ஹாலிலேயே உட்கார்ந்து விட்டாள்.

சிறிது நேரம் கழித்து அவன் வந்தான்.

'சாப்பிட்டுவிட்டு ஆபீஸ் போகவேண்டும்' என்றான் ஆங்கிலத்தில்.

அவள் எழுந்து உள்ளே சென்றாள்.

'சா(ஹே)ப்புக்குச் சாப்பாடு வேண்டுமாம்' என்றாள் அவள் பூர்ணிமாவிடம்.

பூர்ணிமா அவள் பக்கம் திரும்பாமலேயே, 'ஹா(ங்)ஜி' என்றாள்.

அவன் சாப்பிடும்போது கொஞ்சநேரம் வரை அவளிடம் பேசவில்லை. அவள் தானாகவும் அவனிடம் பேச விரும்பவில்லை.

சிறிது நேரம் கழித்துக் கீழே குனிந்துகொண்டே அவன் கேட்டான்: 'யார் அந்த ஆர்ட்டிஸ்ட்?'

'அதான் நேத்திக்கே சொன்னேனே, தாமோதரன்னு ஒரு ஆர்ட்டிஸ்ட்... அவரை நேத்திக்கு ரவீந்திர பவன்லே பார்த்தேன். அவர் என் படங்களைப் பார்க்க வீட்டுக்கு வந்திருந்தார்... அப்புறம் அவர் படங்களைப் பார்க்க அவர் வீட்டுக்குப் போயிருந்தேன்.'

அருண் அவளை நிமிர்ந்து பார்த்தான். சில விநாடிகள் உற்றுப் பார்த்துவிட்டு, மறுபடியும் சாப்பிடத் தொடங்கிவிட்டான்.

சாப்பிட்டு முடிந்த பிறகு சோபாவில் வந்து உட்கார்ந்தான். ஒரு சிகரெட்டைப் பற்றவைத்துக்கொண்டான்.

'ராத்திரி வர ரொம்ப நேரம் ஆயிடுத்து போலிருக்கு...' என்றான் அருண்.

'ஆமாம்... ஒரு மணிக்கு வந்தேன்.'

'இன்ட்ரஸ்டிங் டைம், பர்ஹாப்ஸ்.'

அவள் பதில் கூறவில்லை.

'பாம்பேலே எனக்கும் டெர்ரிஃபிக் டைம்னுதான் சொல்ல ணும்...'

இவ்வாறு சொல்லிவிட்டு அவளை அவன் உற்று நோக்கினான். அவள் அவன் பக்கம் பார்க்காமல் வாசல் பக்கம் பார்த்துக் கொண்டிருந்தாள்.

'வித் ராதிகா...'

அவள் முகம் கோபத்தால் சிவந்தது!

'இப்படிச் சொல்ல உங்களுக்கு வெட்கமாக இல்லை?'

அவன் எழுந்து அவளருகில் வந்து நின்றான். 'நீ யாரோ பாஸ் டர்ட் தாமோதரனோட ராத்திரி ஒரு மணி மட்டும் இருந்திட்டு வந்திருக்கியே... உனக்கு வெட்கமா இல்லே?'

அவளுக்குக் கட்டுக்கடங்காத சினம் ஏற்பட்டது. அவனுக்கு என்ன பதில் சொல்வதென்று அவளுக்குத் தெரியவில்லை. அவனை அடித்து நொறுக்கிவிடவேண்டும் போலத் தோன்றி யது. அப்படிச் செய்து விட்டால் அவனுக்கும் அவளுக்கும் என்ன வித்தியாசம்?

அவள் பேசாமல் தன் அறைக்குச் சென்று கட்டிலில் படுத்துக் கொண்டாள்.

அவளுக்கு அழவேண்டும் போலிருந்தது. அழுதுவிட்டால் அது அவளுடைய பலவீனத்தைக் காட்டும். அழக்கூடாது...

உலகத்தில் கறுப்பு, வெள்ளையைத் தவிர வேறு நிறமே இல்லை என்று நினைக்கும் ஒருவழிப்பாதைச் சிந்தனையுடைய அவனால்

அவளை எப்படிப் புரிந்துகொள்ள முடியும்? ஒரு பெண், கணவனைத் தவிர இன்னொருவனுடன் பேசுவது, அவனுடன் படுத்துக் கொள்ளத்தான் என்று நினைக்கிறானே, இவனுக்குப் பெண்களின் மனோதத்துவத் தேவைகளைப் பற்றி என்ன தெரியும்? ஒன்றும் நடந்துவிடவில்லை என்று இவனுக்கு விளங்கும்படியாகச் சொல்ல வேண்டிய அவசியமென்ன? இதற்கு இவன் தகுதியுடையவனா?

'ராதிகாவைப்போல் நீ இருப்பதை நான் விரும்பவில்லை, நீ என் மனைவி என்ற காரணத்தால்' என்று சொல்லிவிட்டு, 'ராதிகாவின் சுதந்தரம் அவளை எங்கு கொண்டு விட்டிருக்கிறது பார்' என்று அங்கலாய்த்தவன், மனைவியிடம் சந்தேகம் கொண்ட அதே கணத்தில் ராதிகாவிடம் தனியாக இருந்த சந்தர்ப்பத்தைப் பயன் படுத்திக் கொள்ளத் தவறவில்லை என்கிறான்! பெண்களுக்கு அவன் தரும் மரியாதை அவ்வளவுதான்.

திடீரென்று அவளுக்கு இப்பொழுது என்ன ஏற்பட்டு விட்டது? போன மாதம் ஒருநாள் நடந்த வாக்குவாதம்... அதற்குப் பிறகு அவள் வெறிபிடித்ததுபோல் பெயிண்டிங் செய்ய ஆரம்பித்தது, நேற்று தாமோதரன் வீட்டுக்குச் சென்றது... அவளுக்குள்ளிருந்த இன்னொரு 'விம்மி' சிலிர்த்தெழுந்திருப்பது இவையெல்லாம் எப்படி நிகழ்ந்தன? தனக்கே இது ஆச்சரியத்தைத் தரும் சம்பவமாக இருக்கும்போது, அருணுக்கு ஏன் இது அதிர்ச்சியாக இருக்கக் கூடாது?

இது ஒரு வகையில் பார்க்கப் போனால், மனோதத்துவ விபத்துதான்... பேசாமடந்தையாக, இல்லத்தரசியாக இருந்த கண்ணகி திடீரென்று பொங்கி எழுந்து மதுரையை எரித்தாள் என்று, கோவலன் அன்று உயிரோடு இருந்து கேட்டிருந் தானானால் நம்பியிருப்பானா? ஒரு மாம்பழ நிகழ்ச்சி காரைக் காலம்மையாரைக் கவிஞராக மாற்றிவிடவில்லையா? கணவன் மனம் கோணாமல் வீட்டை நிர்வகித்து வந்த ஓர் அமெரிக்கப் பெண், அவளுடைய குழந்தை இறந்து போக, மனநோய்க்கு உள்ளாகி சிகிச்சைக்குப் பிறகு கவிதை எழுத ஆரம்பித்தாள் என்று படித்த செய்தி அவள் நினைவுக்கு வந்தது. தெய்வத்தையே கணவராக வரித்த மீரா, ஆண்டாள் இவர்கள் யாவரும் ஆண் ஆதிக்கமுடைய இந்தச் சமூகத்தை எதிர்க்கத் துணிந்த ஆரம்பப் புரட்சிக்காரர்கள்! இந்தச் சமூகத்தில் வாழும் எந்த ஆணும்

தனக்குக் கணவனாக இருக்கத் தகுதியுடையவன் அல்லன் என்று ஆண்டாள் வெளிப்படையாகவே கூறுகிறாள். 'மானிடம் என்ற பேச்சுப் படில்' அது தனக்குத் தேவையில்லை என்ற சொல்ல வேண்டுமானால் அவள் தன்னைச் சுற்றிச் சூழ்ந்திருந்த சிறு மனிதர்களைக் கண்டு எவ்வளவு விரக்தி அடைந்திருக்க வேண்டும்!

அறை வாசலில் நிழல் தட்டியது.

அருண்.

அவன் உள்ளே நுழைந்தான்.

'வொய் டிட் யூ டூ திஸ் டு மீ?' என்று அவளருகே வந்து மிகவும் நிதானமான குரலில் கேட்டான்.

'நான் என்ன செய்து விட்டேன்? இதுதான் எனக்குப் புரியலே...' என்றாள் விம்மி.

'எனக்கிருக்கிற பணத்துக்கும் செல்வாக்குக்கும்... யு நோ... தேர் வேர் மெனி ஆப்பர்சூனிட்டீஸ்... ஆனா நான் உனக்குத் துரோகம் செஞ்சது இல்லே... செய்யலேன்னு உனக்கும் தெரியும். பட்...'

'உங்ககிட்டே இருக்கிற பணத்துக்காகவும் செல்வாக்குக்காகவும் உலகத்திலே இருக்கிற பொம்மனாட்டியெல்லாம் போட்டி போட்டுண்டு உங்ககிட்ட வருவாங்கன்னு நீங்க நினைச்சீங்களா? வாட் டு யு திங்க் ஆஃப் யுவர் செல்ஃப்?' விம்மி எழுந்து உட்கார்ந்தாள்.

'பொம்மனாட்டிகளுக்கு வேறே என்ன வேணும்? பணம், செல்வாக்கு - இல்லாட்டா ஆள் பர்ஸனாலிட்டியா இருக்கணும். இது மூணும் எங்கிட்டே இருக்குன்னு நிச்சயமா எனக்குத் தெரியும்...'

'இதுதான் பெண்களுக்கு நீங்க தரும் மதிப்பா?'

'வாட் எல்ஸ்? படிச்ச, அழகா இருக்கிற பெண்கள் எத்தனை பேர் நாங்க கொடுக்கிற சம்பளத்துக்காக எங்ககிட்ட வேலையா இருக்காங்க தெரியுமா? டூ யு நோ தேர் ஜாப்? எங்க கம்பெனிக்கு யார் யார் முக்கியமானவங்கன்னு நாங்க நினைக்கிறோமோ, அவங்களை என்டர்டெய்ன் செய்யறதுதான் அவங்க வேலை...

பெண்கள் இப்படிச் சுலபமா கிடைக்கிறபோது, பெண்கள் கிட்டே எனக்கு மதிப்பு இருக்கும்னு எதிர்பார்க்கிறியா?'

விம்மி கட்டிலிலிருந்து இறங்கி அவனெதிரே வந்து நின்று கேட்டாள்: 'உங்க கம்பெனி லாபம் அடையறதுக்காகப் பெண்களை 'எக்ஸ்பிளாய்ட்' பண்ணலாம். ஆனா அவங்க கிட்டே உங்களுக்கு மதிப்பு இல்லே... இது என்ன நியாயம்? கம்பெனி லாபத்துக்காக என்ன வேணும்னாலும் செய்யத் தயாரா இருக்கிறீங்களே, உங்ககிட்டேயே உங்களுக்கு மதிப்பு இருக்கா?'

'நீ இருக்கிற இவ்வளவு பெரிய வீடு, அனுபவிக்கிற சுகம், வாங்கற கான்வாஸ், ஆயில்ஸ், ராத்திரி வேளையிலே கண்டவன் வீட்டுக்குப் போற தெம்பு... எல்லாம் இந்தக் கம்பெனி லாபத்திலேதான்... டூ யு அண்டர்ஸ்டாண்ட்?'

விம்மி அவனைச் சிறிது நேரம் உற்றுப்பார்த்து விட்டுப் பிறகு கட்டிலில் போய் உட்கார்ந்தாள்.

'நான் எந்த விதத்திலே உனக்குக் குறை வச்சிருக்கேன்? நான் தொழில் முறையிலே சந்திக்கிற பெண்கள் மாதிரி என் பெண்டாட்டியும் இருக்கக் கூடாதுங்கறதுக்காகத்தான் எவ்வளவோ பெரிய குடும்பத்திலிருந்து வந்த ஆஃபர்லாம் வேண்டாம்னுட்டு உன்னைக் கல்யாணம் பண்ணிண்டேன்... இத்தனை வருஷமாக ஏற்படாத பிரச்னை திடீரென்று ஏன் ஏற்படணும்? எவ்வளவு பெருமையா உன்னைப் பத்தி நான் எல்லார்க்கிட்டேயும் பேசியிருப்பேன்... என்ன ஆயிடுத்து உனக்கு? எத்தனை நாளா இந்த குட் - ஃபார் நத்திங் ஃபெல்லோவை உனக்குத் தெரியும்? நீ இப்போ இப்படிப் பேசறதுக்கெல்லாம் அவனா காரணம்?'

அவன் திடீரென்று ஆவேசம் வந்தவன்போல் கத்திக் கொண்டிருந்தான். இப்பொழுது அவனுடன் பேசிப் பயனில்லை என்று விம்மி மௌனமாக, ஜன்னலுக்கு வெளியே பார்த்துக் கொண்டு உட்கார்ந்திருந்தாள்.

அவன் நாற்காலியில் உட்கார்ந்தான். கோபத்தில் அவன் உடம்பு ஆடிக் கொண்டிருந்தது.

'டெல் மீ, விம்மி, அவனா காரணம்?'

விம்மி பதில் கூறவில்லை.

‘லுக்... பெண்கள் சுதந்தரங்கிறதெல்லாம் ஹம்பக் சிகரெட் பிடிக்கிறதும், விஸ்கி குடிக்கிறதும், ஃப்ரீ செக்ஸ்னு கண்டவங் களோட சுத்தறதும், இதுவா சுதந்தரம்? சுதந்தரமா இருக்கோம்னு சொல்லிக்கிற பெண்கள் எல்லோரும் இதைத் தவிர வேறொண்ணும் பண்றதில்லே, தெரியுமா உனக்கு? இப்போ ராதிகாவுக்கு என்ன ஆச்சு? ராதிகா மாதிரிதான் இருக்கணும்னு நீ நினைக்கிறயா? கம் ஆன்... டெல் மீ...’

விம்மி அவன் பக்கம் திரும்பினாள்.

‘ராதிகாவோட ‘யு ஹாட் டெர்ரிஃபிக் டைம்’னு சொன்னீங் களே... அவளைப் பற்றி இப்படி ஒரு மோசமான அபிப்பிராயம் வச்சிண்டு, ஆனா அவளோட....’

‘எஸ்... நீ செஞ்ச துரோகம்தான் நேத்து ராத்திரி எனக்கேற்பட்ட பலஹீனத்துக்குக் காரணம். ஸ்டராங் கேரெக்டர்னு எனக்கு என்னைப் பத்தியே இருந்த பெருமையெல்லாம் ஒரு நிமிஷத்திலே இருந்த இடம் தெரியாமப் போயிடுத்து... அதுக்கு நீதான் காரணம்... பர்ஹாப்ஸ்... ராதிகா இந்தச் சந்தர்ப்பத்துக்குத் தான் எதிர்பார்த்திருந்தா போலிருக்கு... நௌ இட் ஈஸ் ஹர் விக்டரி... மை காட்... வாட் ஹாவ் ஐ டன்...’

‘நான் உங்களுக்கு என்ன துரோகம் செஞ்சேன்?’

‘நேத்து ராத்திரி அவன் வீட்டுக்கு எதுக்காகப் போனே?’

‘அவருடைய பெயிண்டிங்ஸைப் பார்க்கப் போனேன். அங்கே அவரோட சிநேகிதரெல்லோரும் வந்திருந்தாங்க. பேசிண்டிருந் தோம்... டைம் ஆயிடுத்து... நேத்திக்கு முதல் தடவையா விஸ்கி குடிச்சேன்... ஆனா அந்த இடத்திலே இது எனக்குத் தப்பாப் படலே...’

‘வாட்?’ என்று கோபத்துடன் எழுந்தான் அருண்.

‘இது உங்களுக்கு இவ்வளவு அதிர்ச்சியா இருந்தா, நீங்களும் எத்தனையோ விருந்துகள்லே கலந்துக்கிறீங்களே, அது எனக்கு எவ்வளவு அதிர்ச்சியா இருக்கணும்? ஆனா எனக்கு அப்படி யில்லே... ஏன்னா நீங்க பெரிய தப்புக் காரியம் பண்ணிட்டதா நான் நினைச்சதே இல்லே...’

'உலகத்திலே எதுதான் தப்புக் காரியம்? அந்த பாஸ்டர்ட் வீட்டுக்குப் போனது தப்புக்காரியம் இல்லே... அங்கே விஸ்கி குடிச்சது தப்புக் காரியமில்லே... அப்புறம் அங்கே என்ன நடந்ததோ, யாருக்குத் தெரியும்?'

'கெட் - அவுட்' என்று தன்னையறியாமல் உரக்கக் கூச்சலிட்டாள் விம்மி.

'நான் சொல்ல வேண்டியதை நீ செல்லிட்டே... இனிமே நாம ரெண்டுபேரும் புருஷன்-பொண்டாட்டியா நடிச்சிண்டிருக் கிறதிலே அர்த்தமில்லே...' என்று சொல்லிக் கொண்டே அவன் அறையை விட்டு வெளியேறினான்.

அத்தியாயம் – 10

அருண் அலுவலகம் சென்றதும் இயந்திரமானான். பம்பாயில் அவன் முடித்துவிட்டு வந்திருந்த டீல் சம்பந்தமான தொடர் நட வடிக்கைகள்.

ராதிகா அவனுக்கு முன்பே வந்து விட்டாள். அவனுக்காகக் காத்துக் கொண்டிருந்தாள்.

அவளும் விம்மியைப் பற்றி விசாரிக்கவேயில்லை. அவள் கேட்கக் கூடுமென்று அவன் எதிர்பார்த்தான். அதற்குத் தயாராகப் பதில் சொல்லவும் அவன் யோசித்து வைத்திருந்தான். 'முதலில் ஆபீஸ் வேலை... அப்புறந்தான் வீட்டு விவகாரங்கள்...'

சுமார் ஐந்து மணிக்கு டெலிஃபோன் ஒலித்தது. மிகவும் முக்கியப்பட்டவர்களைத் தவிர, யார் ஃபோன் செய்தாலும் தன்னைக் கூப்பிட வேண்டாம் என்று அவனது அந்தரங்கச் செயலாளரிடம் அவன் கூறியிருந்தான்.

ஒரு முக்கிய ஃபைலில் கையெழுத்திட்டுக் கொண்டிருந்த அவன், ராதிகாவிடம் சொன்னான்: 'யாரென்று பார்.'

ராதிகா போனை எடுத்தாள்.

ராதிகாவுக்கு ஆச்சரியமாக இருந்தது. விம்மி. அவள் சாதாரண மாக ஆபீஸுக்கு ஃபோன் செய்வதில்லை என்பது தெரிந்த விஷயம்.

'நான்தான் ராதிகா பேசறேன். அருண்கிட்டப் பேசணுமா?'

அவள் சொன்ன தகவல் ராதிகாவைத் திடுக்கிட வைத்தது. 'அவசியமில்லே... அவர்கிட்டச் சொல்லுங்கோ, அவர் என்னை வீட்டைவிட்டுப் போகச் சொன்னார். நான் புறப்பட்டாச் சுன்னு... தேங்க் யூ!'

விம்மி போனைக் கீழே வைத்துவிட்டாள். ஆனால் ராதிகா கையில் போனை வைத்துக்கொண்டு, அருணையே பார்த்துக் கொண்டிருந்தாள். அவன் ஃபைலில் ஆழ்ந்திருந்தான்.

அவன் நிமிர்ந்து பார்த்தான்.

ராதிகா ஃபோனைக் கீழே வைத்தாள்.

'யாரு?'

'விம்மி.'

அவன் சில விநாடிகள் பேசாமலிருந்துவிட்டுப் பிறகு கேட்டான். 'என்னவாம்?'

'ஷி ஹாஸ் லெப்ஃட்...'

அவன் தாடை இறுகியது. சிறிதுநேரம் மௌனமாக ஃபைல் களையே பார்த்துக் கொண்டிருந்தான்.

சில நிமிஷங்களுக்குப் பிறகு டெஸ்பாட்சுக்காக வைக்கப்பட் டிருந்த கடிதங்களில் கையெழுத்துப் போடத் தொடங்கினான்.

'என்ன நடந்தது?' என்று கேட்டாள் ராதிகா.

'ஆபீஸ்லே இதைப்பத்திப் பேசணுமா?'

'ஐ ஆம் ஸாரி.'

'இன்னி சாயங்காலம் நீ ஃப்ரீயா இருந்தா, உன்னோட உன் வீட்டுக்கு வரேன்.'

'இன்னி சாயந்திரமா?' என்று கொஞ்சம் தயங்கினாள் ராதிகா.

'யு ஆர் நாட் ஃப்ரீ?'

'பரவாயில்லே... வாங்க... ராகுல் இன்னி சாயந்திரம் வந்தாலும் வருவான். நிச்சயமில்லே.'

'எங்கே போயிருக்கான் ராகுல்?'

'இப்போ அவன் டெல்லியிலே படிக்கலே. டேராடூன்லே படிக்கிறான். ஹாஸ்டல்லே இருக்கான்.'

'ஐ ஸீ...'

அரைமணி நேரத்துக்குப் பிறகு அலுவலக வேலைகள் முடிந்த பிறகு இருவரும் புறப்பட்டார்கள்.

'உங்கள் காரை வீட்டுக்கு அனுப்பிவிடுங்களேன்... என் காரிலேயே போய்விடலாம்' என்றாள் ராதிகா.

அருண் யோசித்தான். விம்மி வீட்டிலில்லை என்றால் கார்ச் சாவியை டிரைவர் பூர்ணிமாவிடம் கொடுக்கப் போவான். இருவரும் இதைப் பற்றி விவாதிக்கக்கூடும்.

'வேணாம்... என் காரிலேயே வருகிறேன்' என்றான் அருண்.

ராதிகா வீட்டை அடைந்ததும் அவள் சொன்னாள்: 'என் ரூமுக்கு வாங்க, பேசலாம்.'

அருண் அவள் அறையில் போய் உட்கார்ந்தான்.

சிறிதுநேரம் கழித்து ராதிகா இருவருக்கும் காபி எடுத்துக் கொண்டு வந்தாள்.

'வேலைக்காரன் என்ன ஆனான்?' என்று கேட்டான் அருண்.

'இல்லே. இப்போ... பார்ட் டைம் வேலைக்காரிதான். நான் ஒருத்திதானே இருக்கேன், வேலைக்காரன் எதுக்கு?'

ராதிகா கட்டிலில் உட்கார்ந்தாள்.

சிறிது நேர அமைதிக்குப் பிறகு அருண் சொன்னான்: 'விம்மி ராத்திரி ஒரு மணிக்குத்தான் வீட்டுக்கு வந்திருக்கா... எஸ்... யு வேர் ரைட்... எனக்குத் தெரிஞ்சதா நினைச்சிண்டிருந்த விம்மி வேறே, இந்த விம்மி வேறே. மத்தியானம் பெரிய சண்டை. என்னை 'கெட்அவுட்'னு சொல்லக்கூடிய அளவு அவ்வளவு திமிரு அவளுக்கு வந்திருக்கு. அப்போத்தான் 'கெட்அவுட்'னு சொல்ல வேண்டியவன் நான்னு அவளுக்கு ஞாபகப்படுத் தினேன். 'நவ் யு நோ... ஷி ஹாஸ் லெஃப்ட்.' நான் இதைப் பத்தி வருத்தப்படவேயில்லே...'

ராதிகா கொஞ்ச நேரம் பேசாமலிருந்தாள். அருண் சிகரெட்டைப் பற்றவைத்துக்கொண்டான்.

'விம்மிக்குள்ளே இன்னொரு விம்மி இருக்காங்கறது என்னோட யூகம்தான். ஆனா அந்த விம்மி இப்படி இருப்பான்னு நான் எதிர்பார்க்கவேயில்லே... உங்களை 'கெட்அவுட்'ன்னு சொல் லும்படியா அவளுக்கு என்ன அத்தனை கோபம்?'

'அங்கே அந்த ஆர்ட்டிஸ்டோட ஃப்ரெண்ட்ஸ் வந்திருந்தாங்க ளாம். பேசிண்டிருந்தாளாம்... விஸ்கி குடிச்சாளாம்... 'அதுக்கப் புறம் என்ன நடந்தது?'ன்னு கேட்டேன். ஷி பிகேம் வொய்ல்ட்...' என்று சொல்லிவிட்டு நிறுத்தியவன், சில விநாடிகளுக்குப் பிறகு தோள்களைக் குலுக்கிக் கொண்டே கூறினான்: 'ஐ டோண்ட் நோ... திடீர்னு அவ இப்படி மாறிப் போனதுக்குக் காரணம் என்ன?'

ராதிகா தானும் ஒரு சிகரெட்டைப் பற்ற வைத்துக்கொண்டே கேட்டாள்: 'பெய்ண்ட் பண்றதுண்டா?'

'எனக்கு இதுவரை தெரியாது. ரெண்டு நா முன்னாலேதான் பம்பாய்க்குப் புறப்படும்போது பார்த்தேன். நிறைய பெயிண்டிங் இருந்தது. 'யார் போட்டது?'ன்னு கேட்டேன். அவ போட்ட தாகச் சொன்னா. எனக்குக் கொஞ்சம் ஆச்சரியமா இருந்தது. தே வேர் நாட் பாட்...'

'மை காட்! இத்தனை வருஷமா கல்யாணமாகி ஒண்ணாக குடித் தனம் பண்றீங்க, அவ பெயிண்ட் பண்றான்னுகூட உங்களுக்குத் தெரியாதா?'

'அவ என்கிட்ட காட்டினதே இல்லியே?'

'இப்போ பார்த்தபோது என்ன சொன்னீங்க?'

'எனக்கு ஞாபகம் இல்லே... பம்பாய் டிரிப்பைப் பத்திதான் என் நினைவெல்லாம். பர்ஹாப்ஸ் 'நன்னாயிருக்கு'ன்னு சொன்னேன் போலிருக்கு... ஐ டோண்ட் ரிமெம்பர் வாட் ஐ ஸெட்! ஒரு வேளை நான் ஒண்ணும் சொல்லலைங்கிறதுதான் அவ கோபத் துக்குக் காரணமா இருக்கலாங்கிறியா?'

'ஐ டோண்ட் நோ. அப்படி உங்க அபிப்பிராயத்தைத் தெரிஞ்சுக் கணும்ங்கிறது அவ ஆசையா இருந்தா, முன்னாலேயே உங்க கிட்டே காட்டியிருக்கலாமில்லையா? உங்களுக்கும் கலைக்கும் சம்பந்தமில்லேன்னு அவ நினைச்சாளோ என்னமோ!'

'அப்படி நினைச்சிண்டிருந்தாலும் எனக்கு ஆச்சரியமில்லை. இதெல்லாம் வேஸ்ட் ஆஃப் டைம்ங்கிறதுதான். என் அபிப்பிரா யம். அவ நிறையப் புத்தகங்கள் படிப்பா. அது எனக்குத் தெரியும். எல்லாம் லிட்ரரி புக்ஸ். என்னுடைய இன்ட்ரஸ்டே வேறே. இது அவளுக்குத் தெரிஞ்ச விஷயம்தான்.'

'அவ தன்னை அப்படியே பரிபூரணமா உங்களோட ஐக்கியப் படுத்திண்டுட்டான்னு அன்னிக்குச் சொன்னீங்களே அது எப்படி?'

'அப்படி நினைச்சேன்.'

ராதிகா சிரித்துக்கொண்டே சொன்னாள்.

'ஐக்கியப்படுத்திக்கிறதுன்னா உங்க பாஷையிலே என்ன அர்த்தம்? கல்யாணம் ஆனப்புறம் புருஷனோட இன்ட்ரஸ்ட்தான் பெண்டாட்டிக்கு இருக்கணும்ங்கிறதா? அப்படி அவளுக்குன்னு இன்ட்ரஸ்ட் இருந்தாலும் அதைப் புருஷனுக்குக் காட்டிக்கக் கூடாதுங்கிறதா? உங்களோட, இன்ட்ரஸ்ட் விம்மிக்குத் தெரிஞ்ச விஷயம்தான்னீங்களே அவளோட இன்ட்ரஸ்ட்டைப் பத்தி எப்போதாவது அவளோட டிஸ்கஸ் பண்ணியிருக்கீங்களா?'

அருண் மௌனமானான்.

சற்று நேரத்துக்குப் பின் அருண் கேட்டான்: 'ரமேஷ் உன்னிடம் உனக்குள்ள ஈடுபாடுகள் குறித்துப் பேசினதுண்டா?'

'ரமேஷ் அப்படி என்னிடம் பேசினதில்லே. ஆனா அதேசமயம் அவர் அவரோட பர்ஸனாலிட்டியை என்பேரில் இம்போஸ் செய்யவுமில்லே... ஹீ வாஸ் ஜஸ்ட் எ கலர்லெஸ் பர்ஸன். எனக்கு விவரம் தெரிஞ்ச வயசிலே கல்யாணம் ஆயிருந்தா நான் ரமேஷைக் கல்யாணமே செஞ்சுண்டிருக்க மாட்டேன்' என்றாள் ராதிகா.

'ஒருவேளை கல்யாணமே செஞ்சிண்டிருக்க மாட்டே.'

'தட் ஈஸ் ஆல்ஸோ பாஸிபில்... கல்யாணத்தினாலே ஒரு ஆணோ, பெண்ணோ தன்னோட சுதந்தரத்தைப் பறி கொடுக்கணும்னா இந்த சிஸ்டமே டோட்டலி ராங். விம்மி தன்னோட சுதந்தரத்தைப் பறிகொடுத்ததாகத்தான் நினைச்சிருக்கணும். உங்களுக்காகப் பிடிக்காத விஷயங்களையெல்லாம் பிடிச்சதா பாவனை பண்ணிண்டு, இத்தனை வருஷமா நடிச்சிருக்கணும்னா அது எவ்வளவு பெரிய ஸ்ட்ரெயின்! இனிமே நடிக்க முடியாதுங்கற நிலை வந்தபோது, அவ எது தன் மனசுக்குச் சரின்னு பட்டதோ அப்படி நடந்திண்டிருக்கா. நான் அவளைக் குத்தம் சொல்லமாட்டேன்.'

அருண் கோபத்துடன் எழுந்திருந்தான். 'திஸ் ஈஸ் நான்ஸென்ஸ், அரைகுறைப் படிப்புதான் நம்ம பெண்களை அடியோட கெடுத்துடுத்து. எனனோட அப்பா அம்மா சந்தோஷமா இல்லியா? பெண்களோட சுதந்தரம் அது இதுன்னு சொல்லித் தான் நம்ப சமூகமே சீரழிஞ்சு போயிண்டிருக்கு. ஃப்ரீடம் ஃபார் வாட்? எவனோட வேணுமானாலும் போகலாமா?'

'மிஸ்டர் அருண், இது ஏன் உங்களுக்கு நேத்தி ராத்திரி தோணலே?' என்று புன்னகையுடன் கேட்டாள் ராதிகா.

'இதுக்கு நான் மட்டுமா பொறுப்பு?'

'நானும்தான் பொறுப்பு. இல்லேன்னு சொல்லலே... ஆனா எனக்கு ஹிபாக்ரிஸி இல்லே. இதை நீங்க புரிஞ்சுக்கணும். விம்மி அந்த ஆர்ட்டிஸ்ட் தாமோதரன் வீட்டுக்குப் போனபோது, என்ன நடந்ததுன்னு கேட்க உங்களுக்கு என்ன யோக்கியதை இருக்கு? ஆம்பிளைக்கு ஒரு சட்டம். பொம்மனாட்டிக்கு ஒரு சட்டமா?'

'விம்மி வீட்டிலே நேத்தி ராத்திரி இருந்திருந்தா நீ என்னை இப்படிக் கேட்கும்படியான சந்தர்ப்பம் ஏற்பட்டிருக்காது. 'ஐ வாஸ் ப்ரௌட் ஆஃப் மை கேரெக்டர்' என்னை இப்படிப் பலகீனமாக்கியதே அவள்தான். ஐ ஹேட் ஹர்...' என்று கூறிக்கொண்டே அறை வாசலை நோக்கிச் சென்றான் அருண்.

'அருண்... ப்ளீஸ் ஸிட் டவுன். நிதானமா யோசனை பண்ணுங்க... செக்ஸ் விஷயத்திலே மட்டும்தான் கேரெக்டரா? கம்பெனி லாபத்துக்காக நாம எத்தனையோ செய்யறமே. அதுக்கும் கேரெக்டருக்கும் சம்பந்தமில்லையா? சரி, தப்புங்கறதுக்கெல்லாம் அப்ஸெல்யூட் ஸ்டாண்டர்ட் எதுவும் கிடையாது. சந்தர்ப்பத்தையும் அவசியத்தையும் பொறுத்துத் தான் சரி, தப்புன்னு தீர்மானம் பண்ணணும். இந்தக் காலத்திலே இப்படித்தான் இருக்கமுடியும்... வியாபார விஷயத்திலே காலத்துக்கு ஏத்த மாதிரி உங்களாலோ அனுசரிச்சுப் போக முடியறது. தனிப்பட்ட வாழ்க்கையிலே பல நூற்றாண்டுகள் பின் தங்கியிருக்கீங்களே?' என்றாள் ராதிகா.

அருண் அவளையே சிறிதுநேரம் உற்றுப் பார்த்துக் கொண்டிருந்தான். அவள் கூறுவதுபோல, அவன் ஹிபாகிரிட் தானே? நேற்றிரவு நடந்ததுக்கு அவள் மட்டுமா காரணம்? அவனுடைய அடிமனத்தில் இத்தகைய சந்தர்ப்பத்தை எதிர்நோக்கிக்கொண்டு ஓர் உணர்வு ஒளிந்து கொண்டிருக்கவில்லை என்று அவனால் நிச்சயம் சொல்ல முடியுமா? விம்மி வீட்டில் இல்லை என்பதைச் சொல்ல அவன் ராதிகாவின் அறைக்கு ஏன் போயிருக்க வேண்டும்? அதுவும் அந்த நேரத்தில்?

அவனுக்கு இப்பொழுது பெரிய அரசாங்க கார்ப்பரேஷனில் முக்கிய பொறுப்பு வகிக்கும் வெங்கடேசன் ஞாபகம் வந்தது. அவருக்குக் குடிக்க வேண்டும் என்ற ஆசை எப்பொழுதுமே உண்டு. ஆனால் தாமாகக் குடிக்க மாட்டார். மற்றவர்கள் வற்புறுத்தித் தம் விருப்பத்துக்கு மாறாகக் குடிப்பதுபோல் குடித்தால்தான் அவருக்குத் திருப்தி.

அவனுக்கும் வெங்கடேசனுக்கும் என்ன வித்தியாசம்?

ராதிகா சொல்வதுபோல், விம்மி நேற்றிரவு என்ன செய்து கொண்டிருந்தாள் என்று கேட்பதற்கு அவனுக்கு என்ன யோக்கியதை இருக்கிறது? விம்மிக்கு அவ்வளவு கோபம் வர என்ன காரணம்? 'அப்புறம் அங்கே என்ன நடந்ததோ, யாருக்குத்

தெரியும்?' என்று அவன் கேட்டதுதான் அவள் சினத்தைத் தூண்டியது. அவள் அங்கு அவர்களுடன் பேசிக் கொண்டுதான் இருந்தாள் என்பது உண்மையானால், அவன் கேள்வி அவன் சிறுமையை வெளிப்படுத்திவிட்டது. அவள் அவன் சிறுமையைக் கண்டு சீறியிருக்கிறாள். அவன் அவ்வாறு கேட்டிருக்க வேண்டா மென்று இப்போது தோன்றுகிறது.

அவள் வீட்டை விட்டுப் போவதாகக் கூறினாளே எங்கே போகக் கூடும்? அவள் அம்மாவும் இங்கில்லை; அவளுக்குத் திருமண மானவுடன் ஊரைப் பார்க்கப் போய்விட்டாள். ஒரு வேளை இவளும் ஊருக்குப் புறப்பட்டுவிட்டாளோ? இல்லாவிட்டால் அந்த ஆர்ட்டிஸ்ட் வீட்டுக்குப் போயிருந்தால்? அவன் யார், எங்கே இருக்கிறான் என்ற விவரங்கள் ஒன்றும் அவனுக்குத் தெரியாது. அவன் பெயர்... எஸ்.தாமோதரன்.

'இந்த ஆர்ட்டிஸ்டைப் பத்தி நீ கேள்விப்பட்டிருக்கியா? அவன் பெயர் தாமோதரன்' என்று கேட்டான் அருண்.

கோபத்துடன் வாசலை நோக்கிச் சென்றவன், அவள் கூறியதைக் கேட்டு, சிறிது நேரம் சிந்தித்துவிட்டு, மிகவும் நிதானமான குரலில் இவ்வாறு கேட்கிறான் என்றால், மனச் சமாதான மடைந்த நிலையில் பிரச்னையை அவன் மறு பரிசீலனை செய்கிறான் என்று ராதிகாவுக்குத் தோன்றியது.

'எனக்குத் தெரியாது. கலையைப் பொறுத்தவரையில் எனக்கும் உங்க மாதிரிதான் இன்ட்ரஸ்ட்!'

'விம்மி ஒருவேளை அவன் வீட்டுக்குப் போயிருந்தா?' என்று கேட்டுக்கொண்டே உள்ளே வந்து ஆஷ் ட்ரேயில் சிகரெட் துண்டைப் போட்டான் அருண்.

'அங்கேதான் போயிருப்பான்னு நீங்க நினைக்கிறீங்களா?'

'வேறே எங்கே போயிருக்க முடியும்? இல்லேன்னா ஊருக்குப் போயிருக்கலாம்... பட்... இவன் எங்கே இருக்கான்னு எனக்குத் தெரியாது...'

'அவன் அட்ரஸைக் கண்டு பிடிக்கறது கஷ்டமில்லே, லலித் கலா அகாடமிக்கு ஃபோன் பண்ணா அவங்களுக்குத் தெரிஞ் சிருக்கலாம்.'

‘இப்போ ஆபீஸ்லே யாரும் இருக்க மாட்டாங்களே... டைரக்டர் வீட்டுக்கு ஃபோன் பண்ணா அவருக்கு ஒருவேளை தெரிஞ்சிருக்குமோ? இவன் ஒரு பெரிய ஆர்ட்டிஸ்டா இருந்தா தெரிஞ்சிருக்கலாம்... ஷல் வி ட்ரை?’

‘ட்ரை பண்ணறதிலே தப்பு ஒண்ணுமில்லே...’ என்று சொல்லிக் கொண்டே ஃபோன் அருகே சென்றாள் ராதிகா.

அருண் டைரக்டரியை எடுத்து லலித் கலா அகாடமி இயக்குநரின் நம்பரைத் தேடினான்.

ராதிகா இன்னொரு சிகரெட்டைப் பற்றவைத்துக் கொண்டே போனை எடுத்தாள்.

அருண் நம்பரைச் சொன்னதும் அவள் டயல் செய்தாள். அவருடைய பெயரை ஊர்ஜிதம் செய்துகொண்டு தாமோதரனைப் பற்றி விசாரித்தாள்.

‘தாமோதரன்! க்ரீன் பார்க்கில் இருக்கிறான் என்று நினைக்கிறேன். வீட்டு எண் தெரியாது. மிகவும் அவசரமா?’

‘ஆமாம்...’

‘எங்களுடைய புரோகிராம் ஆபீஸர் நம்பரைத் தருகிறேன். அவருக்கு ஃபோன் செய்யுங்கள். அவருக்குத் தெரிந்திருக்கும்’ என்று சொல்லிவிட்டு, சிறிதுநேரம் கழித்து நம்பரைக் கொடுத்தார்.

‘அவருடைய வீட்டு நம்பரா இது?’ என்று கேட்டாள் ராதிகா.

‘இல்லை. ஆபீஸ் நம்பர்; இப்பொழுது சர்வதேசக் கண்காட்சி நடக்கிறது. அவர் ஆபீஸில்தான் இருப்பார். மிஸ்டர் தாமோதரனும் ஒருவேளை ரவீந்திர பவனில் இருந்தாலும் இருக்கலாம். அவருடைய படங்களும் கண்காட்சியில் இருக்கின்றன...’

அவர் போனை வைத்துவிட்டார்.

ராதிகா ரவீந்திர பவனுக்கு ஃபோன் செய்தாள்.

தாமோதரன் வீட்டு முகவரி கிடைத்தது. தாமோதரன் அங்கில்லை. அன்று வரவேயில்லை என்ற தகவலும் கிடைத்தது.

அருண், ராதிகா எழுதிக் கொடுத்த அந்தத் துண்டுக் காகிதத்தைப் பையில் போட்டுக்கொண்டான்.

'முதல்லே வீட்டுக்குப் போயிட்டு அப்புறம் அங்கே போறேன். விம்மி வீட்டிலேயே இருந்துண்டு இப்படிச் சொன்னா, நான் எப்படி ரியாக்ட் பண்றேன்னு பார்க்கிறதுக்காகச் சொல்லியிருந்தா?' என்றான் அருண்.

'அவ வீட்டிலேயே இருந்தா என்ன செய்வீங்க?'

'அப்படின்னா அவ தானும் அளவுக்கு மீறிப் பேசினதுக்கு வருத்தப்படறான்னு அர்த்தம்.'

'அப்போ, அந்த ஆர்ட்டிஸ்ட் வீட்டிலே ஒரு தப்புக் காரியமும் நடந்துடலேன்னு நம்பறீங்க, அப்படித்தானே?' என்று புன்னகையுடன் கேட்டாள் ராதிகா.

அருண் பதில் கூறாமல் அறையை விட்டு வெளியே போனான்.

'ஆர், இஸ் இட் யுவர் விஷ்?' என்று அவனைக் கேட்டுக் கொண்டே பின்தொடர்ந்தாள் ராதிகா.

அருண் அவளைச் சிறிது எரிச்சலுடன் திரும்பிப் பார்த்தான்.

'லுக்... அப்படி ஏதாவது தப்புக் காரியம் நடந்திருந்தாலும் - அது தப்பா சரியாங்கறது வேற விஷயம் - அதைப் பத்தி கேட்கக் கூடிய நிலையிலே நீங்க இல்லேங்கிறதையும் ஞாபகம் வச்சுண்டா நல்லது.'

'உலகத்திலே இருக்கிற எல்லாப் பெண்களும் உன்னைப் போலத்தான் இருப்பாங்கன்னு நினைக்கிறியா?'

'இருக்கணும்னு நினைக்கிறேன்!' - சோபாவில் உட்கார்ந்தாள் ராதிகா.

காரில் போய் உட்கார்ந்ததும் அருண் யோசித்தான்... ஏதாவது அந்த ஆர்ட்டிஸ்ட் வீட்டில் நடந்திருந்தால்தான் ராதிகாவுக்குத் திருப்தியாக இருக்கும் போலிருக்கிறது. விம்மியும் அவளைப் போல் ஒரு பெண்தான் என்ற மனச் சமாதானத்துக்காகவா, அல்லது அப்படி நடந்திருந்தால், அவன் அதை எவ்வாறு ஏற்றுக் கொள்கிறான் என்று அறிந்து கொள்வதற்காகவா?

அருண் வீட்டுக்குச் சென்று மணியை அழுத்தினான். கதவைத் திறந்தவள் பூர்ணிமா.

விம்மி வீட்டில் இல்லை. அவள் அறைக்குச் சென்று பார்த்தான், ட்ரெஸ்ஸிங் டேபிளில் எல்லாச் சாமான்களும் அப்படியே இருந்தன. உடை வைக்கும் அலமாரியைத் திறந்தான். அவளு டைய பட்டுப் புடைவைகள் ஒழுங்காக மடித்து வைக்கப் பட்டிருந்தன.

தாமோதரனை எத்தனை நாள்களாக விம்மிக்குத் தெரியும்? அவள் அவனைப் பற்றிப் பேசியதே கிடையாது... ஏன் பேசவில்லை? இந்த உறவு முறையைப் பற்றி அவளுக்குக் குற்ற உணர்வு இருந்திருக்குமோ? யோசித்துப் பார்க்கும்போது, அவள் தான் படங்கள் வரைவது பற்றிக்கூட அவனிடம் சொன்னதில்லை... ஏன்? அவன் அவளுக்கு எதில் ஈடுபாடு என்று எப்பொழுதாவது அறிய முயன்றிருக்கிறானா? 'கல்யாணமாகி இத்தனை வருஷமா கிறது. அவள் பெயிண்டிங் பண்றான்னுகூட உங்களுக்கு தெரி யாதா?' என்று ராதிகா கேட்டது அவன் நினைவுக்கு வந்தது.

அருண் மெல்லச் சென்று செல்லாரைத் திறந்து விஸ்கி பாட்டிலை எடுத்தான். அலமாரியிலிருந்து ஒரு கண்ணாடித் தம்ளரை எடுத்து அதில் விஸ்கியை ஊற்றினான். லார்ஜ். ஃபிரிட்ஜிலிருந்து ஐஸ் ட்ரேயை எடுத்தான். ஆன் தி ராக்ஸ்.

அவன் கையில் தம்ளருடன் சோபாவில் உட்கார்ந்தான்.

விஸ்கி அடித்ததாகச் சொன்னவள் ஏதாவது நடந்திருந்தால் நிச்சயம் சொல்லியிருப்பாள். ஒன்றும் நடக்காதபோது, அவள் மீது அவன் சந்தேகம் கொண்டதுதான் அவளுடைய கோபத் துக்குக் காரணமாக இருக்கலாம்.

பூர்ணிமா அங்கு வந்தாள். தாமோதரன் எப்படி இருந்தான் என்று இவளைக் கேட்டால் தெரியும்.

'சாஹேப்... சப்ஜி என்ன செய்வது?' என்றாள் பூர்ணிமா.

'நேற்று அந்த ஓவியன் வந்தபோது அவனைச் சரியாக நீ பார்த்தாயா?'

'பார்த்தேன்.'

‘அவன் எப்படி இருந்தான்?’

‘குள்ளமாக, கோணல் மாணலாக இருந்தான். முதுகில் ஒரு பெரிய கூன். மெம் சாஹப்தான் சொன்னார்கள், அவன் ஒரு பெரிய ஓவியன் என்று...’

எதிர்பாராத அதிர்ச்சி.

‘கனவு கண்டு சொல்கிறாயா, நிஜமாகவே நீ பார்த்தாயா?’

‘அவரைப் பார்க்கும்போது கனவு காண்பதுபோல் இருந்தது. பகவான் ஏன் இவ்வளவு அசிங்கமாக ஒரு மனிதப்பிறவியைப் படைத்தார் என்று கூட நான் யோசித்தேன்.’

அருண் ஒரே மடக்கில் தம்ளரிலிருந்ததைக் காலிசெய்துவிட்டு எழுந்தான். மை காட்! விம்மியின் கடடுக்கடங்காத கோபம் இப்பொழுது அவனுக்குப் புரிந்தது... கையில் சூட்கேஸுடன் வாசலில் நிற்கும் விம்மியை தாமோதரன் ஆச்சரியத்துடன் வரவேற்பதுபோன்ற காட்சி அவன் மனத்திரையில் பளிச்சிட்டது.

‘நான் வெளியே போகிறேன். கதவைத் தாளிட்டுக் கொள்... எனக்குச் சாப்பாடு வேண்டாம்’ என்று சொல்லிக்கொண்டே கார்ச் சாவியை எடுக்கத் தன் அறையை நோக்கிச் சென்றான் அருண்.

அத்தியாயம் - 11

விம்மி உள்ளே சென்றதும் பெட்டியை ஓரமாக வைத்துவிட்டு உட்கார்ந்தாள்.

'நீங்க இருக்கீங்களோ இல்லையோன்னு எனக்குச் சந்தேகம்தான். இருந்தாலும், பார்க்கலாம்னு வந்தேன். நவ் ஐ ஃபீல் ரிலீவ்ட்!'

'ரிலீவ்ட்?'

'ஆமாம்... இல்லேன்னா வேற எங்கே போறதுங்கிறது எனக்குப் பிரச்னையாயிருந்திருக்கும்...'

'நீங்க சொல்றது எனக்குப் புரியலே.'

'ஐ ஹாவ் லெஃப்ட் மை ஹஸ்பெண்ட்.'

'வாட்? வீட்டை விட்டு வந்துட்டீங்களா?'

'ஆமாம்.'

அதுவரை நின்று கொண்டிருந்த தாமோதரன் கீழே உட்கார்ந்
தான். அவளைச் சிறிது நேரம் உற்றுப் பார்த்தான். ஒரு சிக
ரெட்டைப் பற்றவைத்துக் கொண்டான்.

'இங்கே வரணும்னு உங்களுக்கு ஏன் தோணித்து?'

'உங்களுக்கு ஏதாவது ஆட்சேபணை இருந்தா சொல்லுங்க...'

'என்ன செய்வீங்க?'

'ஐ டோன்ட் நோ...'

தாமோதரன் சிரித்தான்.

'எதுக்குச் சிரிக்கிறீங்க?'

'இங்கே வரணும்ங்கிறதுக்காக ஹஸ்பெண்டோட சண்டை
போட்டீங்களா. இல்லே சண்டை போட்டதனாலே இங்கே
வந்தீங்களா?'

'சரியாச் சொல்லணும்னா அவர்தான் என்னை வீட்டை விட்டுப்
போகச் சொன்னார்.'

'ஏன்?'

விம்மி சிறிது நேரம் மௌனமாக இருந்தாள்.

'உங்களுக்குச் சொல்ல விருப்பமில்லேன்னா சொல்ல வேணாம்'
என்றான் தாமோதரன்.

'மிஸ்டர் அருண் ஒரு சக்ஸஸ்ஃபுல் பிஸினஸ்மேன். அவருடைய
மனைவியாக இருந்து எனக்குத் தெரிஞ்சதெல்லாம் பார்ட்டீஸ்,
பார்ட்டீஸ் அன்ட்மோர் பார்ட்டீஸ்' இந்த வாழ்க்கை எனக்கு
அலுத்துப் போச்சு. இதுவரையிலும் அவர் சொன்ன சொல்
தட்டாமல் இருந்த நான் திடீர்னு எனக்குன்னு ஒரு தனி முகம்
இருக்குன்னு காட்ட ஆரம்பிச்ச உடனே அவருக்கு இது
பிடிக்கலே. நேத்திக்கு பம்பாயிலிருந்து அவர் ஃபோன்
பண்ணியிருக்கார்... நான் இல்லேன்னு தெரிஞ்சதும் அவருக்கு
என்னைப் பற்றிச் சந்தேகம். இன்னி மத்தியானம் அவர்

பம்பாயிலிருந்து வந்ததும், பெரிய சண்டை. அவர் வீட்டை விட்டுப் போகச் சொன்னார். வந்துட்டேன்...'

இவ்வாறு சொல்லிவிட்டு அவள் ஒரு திண்டைப் போட்டுக் கொண்டு சற்றுச் சௌகரியமாக அதில் சாய்ந்தாள்.

அவன் வேறு எங்கோ பார்த்துக்கொண்டு சிந்தனையில் ஆழ்ந் திருந்தான்.

'நான் இம்பல்ஸிவ்வா நடந்துண்டுட்டேன்னு நினைக் கிறீங்களா?' என்றாள் விம்மி.

'உங்களுக்கே அப்படியொரு சந்தேகமிருக்கா?'

'இல்லே... அருணுக்கு உலகத்திலேயிருக்கிறவங்க எல்லோரும் அவருக்காகத்தான் படைக்கப்பட்டிருக்கிற மாதிரி ஒரு நினைவு... மெகலோமானியாக்... அவரோட என்னாலே இருக்க முடியாதுன்னுதான் எனக்குத் தோணறது.'

தாமோதரன் பேசாமலிருந்தான். அவள் அங்கு அப்படி வந்திருப் பது அவனுக்குப் பிடிக்கவில்லையோ என்ற சந்தேகம் அவளுக்குத் தோன்றிற்று. அவன் அவளைப் புரிந்துகொள்வான் என்ற நம்பிக்கையில் அவள் புறப்பட்டு வந்துவிட்டாள். தாமோதரனின் மௌனம் அவளைச் சிறிது சங்கடத்தில் ஆழ்த்தியது.

'உங்களுக்கு நான் வந்திருப்பது எம்பாரஸ்மெண்டா இருக்கு மானா...' என்று அவள் கூறி முடிப்பதற்குள் அவன் கேட்டான்: 'மறுபடியும், என்ன செய்வீங்க? ஐ டோண்ட் நோங்கிறதுதான் உங்க பதில்... வந்தாச்சு... மேலே என்ன செய்யறதுன்னு யோசிப்போம்.'

'நான் இங்கே தங்கறதினாலே உங்களுக்குச் சங்கடங்கள் இருந்தா வெளிப்படையாகச் சொல்லுங்க...'

'எனக்கொரு சங்கடமும் இல்லை... பட்... இதை ஃபேஸ் பண்ண உங்களுக்குத் தைரியமிருக்கான்னு நீங்கதான் முடிவு பண்ணணும்... உங்களுக்கு எத்தனை குழந்தைகள்?'

'குழந்தைகள் கிடையாது...'

'ஸோ, அந்த பிரச்னை இல்லே. உங்க ஹஸ்பெண்ட் உங்களைக் கூப்பிட வர்றார்னு வச்சுக்கங்க, அப்போ என்ன செய்வீங்க?'

'அவருக்கு நான் இங்கே வந்திருக்கேன்னு தெரியாது?'

'இது தப்பு... உடனே ஃபோன் பண்ணிச் சொல்லுங்க... அவரோட இருக்க உங்களுக்கு விருப்பமில்லை. அதுக்காக வீட்டை விட்டு ஓடிவர மாதிரி எங்கே போறீங்கன்னு அட்ரஸ் கூடக் கொடுக்காம வரக்கூடாது. யு ஹேவ் டு ஃபேஸ் இட்.'

'முதல்லே அவர் தேடிண்டு வரமாட்டார். அப்புறம் உங்களுடைய இந்த அட்ரஸ் எனக்குத் தெரியாது. வீடுதான் தெரியும். நாளைக்கு ஃபோன் பண்றேன்.'

'ஏன் வரமாட்டார்னு சொல்றீங்க?'

'அவரே போகச் சொல்லிட்டு அப்புறம் ஏன் தேடிண்டு வரணும்? அவருடைய ஈகோவைப்பத்தி உங்களுக்குத் தெரியாது.'

'நீங்க சொல்றபடி அவர் இருந்தா நிச்சயம் தேடிண்டு வருவார். ஒரு சக்ஸஸ்ஃபுல் பிஸினஸ்மேன்னு சொன்னீங்க... அவருடைய மனைவி அவரை விட்டுப் போயிட்டாங்கன்னா இது அவருக்கு எவ்வளவு அவமானம்? ஏதோ கோபத்திலே உங்களை வீட்டை விட்டுப் போகச் சொல்லியிருக்கலாம். அப்படி வந்தார்னா, நீங்க என்ன செய்யப்போறீங்கங்கிறதைத் தீர்மானம் பண்ணி வச்சுக் குங்க... நீங்க இங்கே இருக்கிறதைப் பத்தி எனக்கு ஆட்சேபணை இல்லை. ஆக உங்க எதிர்காலத்தை நீங்கதான் தீர்மானம் செஞ்சாகணும். இன்னொரு விஷயம். என் சிநேகிதர்கள் வந்தாங்கன்னா அவங்ககிட்ட நீங்க ஏன் வரும்படியா ஆயிடுச் சுன்னு நான் சொல்லுவேன். நீங்க தடுக்கக்கூடாது. நான் அவங்க கிட்ட இருந்து ஒண்ணும் மறைக்கிறது இல்லை. சரிதானே? இன்ஃபாக்ட், கவிதா உங்க மாதிரிதான். அவ ஹஸ்பெண்ட்டுக்கு அவ தியேட்டர்லே இருக்கிறது பிடிக்கலே, அவன் கவர்ன் மெண்ட்லே பெரிய உத்தியோகத்திலே இருக்கான். அவனை விட்டு வந்துட்டா இவ... பார்க்கப்போனா இது ஒரு பெரிய விஷயம் இல்லே...'

'முன் மாதிரி இருக்குங்கிறீங்க...' என்று புன்னகையுடன் சொன் னாள் விம்மி.

'பட், கவிதா என்னோட தங்கலே... க்ரேட்டர் கைலாஷில் ரீனாவுடன் இருக்கா. ரீனா புத்திசாலி. கல்யாணம் பண்ணிக் கலே...' என்றான் தாமோதரன்.

'ரீனா இருக்கிறது பெரிய இடமா? நானும் அவங்களோட தங்கமுடியுமா? முதல்லே ஒரு வேலை தேடிக்கணும். மத்தவங் களுக்குப் பாரமா நான் இருக்க விரும்பலே...'

'நீங்க இங்கேயே தங்கலாம்... வேலை எதுக்காகத் தேடிக்கணும்? ஆர்ட்டிஸ்ட்டா இருக்கிறதுன்னு தீர்மானம் பண்ணப்புறம்? முதல்லே உங்க திறமையிலே உங்களுக்கு நம்பிக்கை வேணும்.'

'இப்போதான் ஆரம்பிச்சிருக்கேன். யார் என் பெயிண்டிங்கை வாங்குவாங்க? நான் சம்பாதிக்க ஆரம்பிக்கிற வரையிலும் சாப்பாடு போடுவீங்களா?' என்று சிரித்துக்கொண்டே கேட்டாள் விம்மி.

'நீங்க எங்களுடைய சட்டதிட்டங்களை அனுசரிச்சுப் போறதா யிருந்தா இங்கேயே இருக்கலாம் ஃப்ரீ சாப்பாடு உண்டு. நீங்க சம்பாதிக்க ஆரம்பிக்கிற வரையிலும்.'

'என்ன சட்ட திட்டங்கள்?'

'எந்தக் காரணத்துக்காகவும் எப்பொழுதும் பொய் சொல்லக் கூடாது. மனசிலிருக்கிறதை வெளிப்படையாகச் சொல்லணும். எப்போ இந்தக் குழுவிலே சேர்ந்துட்டீங்களோ, அந்தரங்கம், ரகசியம்னு எதுவும் இருக்கக் கூடாது. எந்த விதமான, இன்ஹி பிஷன்ஸ்னாலியும் அவதிப்படக் கூடாது. நீங்க சம்பாதிக்க ஆரம்பிச்சப்புறம் உங்க வருமானத்தை மத்தவங்களோட பகிர்ந்து கொள்ளத் தயாராக இருக்கணும். நாங்க இப்ப அப்படித்தான் செஞ்சிண்டிருக்கோம்.'

'ரியல் சோஷலிசம் அட் வொர்க்... உங்க குழுவிலே எத்தனை பேர்?'

'இப்பப் பதினாறு பேர். மத்தவங்களும் உங்களை ஏத்துக்க ஒத்துண்டாங்கன்னா, பதினேழு.'

'மத்தவங்களும் ஒத்துக்கணுமா!'

'எஸ்... முதல்லே நான் தயங்கினதுக்கு அதுதான் காரணம். அப்படி அவுங்க ஒத்துக்கலேண்ணா - ஒத்துக்க மாட்டாங்கன்னு எனக்குத் தோணலே - அப்புறம் என்ன செய்யறதுன்னு யோசிக்கலாம்.'

'என்னென்ன குவாலிஃபிகேஷன் இதுக்கு?'

'நான் முன்னே சொன்னேனே. அந்த மாதிரி நீங்க இருக்க கூடியவங்கதான்னு அவங்களுக்கு ஒரு நம்பிக்கை வரணும். டோன்ட் வொர்ரி, ஐ வில் ஸ்பீக் ஃபார்யூ... உங்க பேர்லே எனக்கு நம்பிக்கை இருக்கு... சரி, இப்போ சாப்பிடப் போகலாம்... பக்கத்தில ஒரு ஹோட்டல் இருக்கு. நீங்க வெஜிடேரியனா, நான் வெஜிடேரியனா?'

'வெஜிடேரியன்... சாமான்கள் இருக்கா? நானே சமைச் சுடறேன்...'

தாமோதரன் சிரித்துக்கொண்டே கேட்டான். பெரிய சக்ஸஸ் ஃபுல் பிஸனஸ்மேன் மனைவி... சமையல் இன்னும் மறக் கலியா?'

'பெரிய சக்ஸஸ்ஃபுல் பிஸினஸ்மேன் மனைவிங்கறதை மறந்துட் டேன்... சமையல் இன்னும் மறக்கலே...'

'ஓகே, இஃப் யூ ப்ளீஸ்... என்ன சமையல் பண்ணப் போறீங்க?

'வத்தல் குழம்பு... மிளகு ரசம்... காய்கறி என்ன இருக்கு?'

'காய்கறி இல்லே. வாங்கிண்டுதான் வரணும்... வத்தல் குழம்பும், மிளகு ரசமும் சாப்பிட்டு ரொம்ப நாளாச்சு. நீங்க சமைக்க ஆரம்பிங்க... போய்க் காய்கறி வாங்கிண்டு வந்துட றேன்...'

'ரொம்ப தூரம் போய் வாங்கணுமா?'

'இல்லே... பக்கத்திலே மார்க்கெட் இருக்கு! கத்தரிக்காய் வாங் கிண்டு வரட்டுமா?'

'வத்தல் குழம்புக்கு வெந்தயம், ரசத்துக்கு மிளகு எல்லாம் இருக்கா?'

'ஓ! அதெல்லாம் வேணுமா? ஃபர்கெட் இட்... கீழே போய்ச் சாப்பிட்டு வந்துடலாம்.'

'சாமான் என்னதான் இருக்கு?'

'இங்கே வர்றவங்கள்ளாம் இந்தூர்க்காரங்க... ரொட்டி, சப்ஜிக்கு வேண்டிய சாமான்தானிருக்கும்...'

‘அப்படின்னா இந்தூர் சமையலே செய்துடறேன்... வத்தல் குழம்பும், மிளகு ரசமும் அப்புறம் பார்த்துக்கலாம். உருளைக் கிழங்கு, வெங்காயம்...’

‘அதெல்லாம் இருக்கு...’

விம்மி எழுந்து உள்ளே சென்றாள்.

அவளைப் பின்தொடர்ந்த தாமோதரன் கேட்டான்: ‘வத்தல் குழம்பும் மிளகு ரசமும் பண்ணணும்னு உங்களுக்கு ஏன் தோணித்து? எங்க தமிழ் மத்தியதரப் பண்பாட்டு பின்னணியை ஞாபகப்படுத்திக்கணும்னா?’

‘இந்த இன்ட்டெலக்சுவல்கள்கிட்டே என்ன கஷ்டம்னா, எல்லாத்தையும் ஜெனரலைஸ் பண்ணி ஓவர் ஸிம்பாலிஃபை செய்யறதுதான். வத்தல் குழம்பு பண்ணா சாப்பிட வேண்டியது தானே? ஏன் வத்தல் குழம்பு பண்ணணும்னு ஆராய்ச்சி பண்ணாத் தான் சாப்பிடறது ஜீரணம் ஆகுமா?’ என்று சிரித்துக்கொண்டே சொன்னாள் விம்மி.

‘இல்லே, என்ன சமையல் பண்ணப் போறீங்க’ன்னு நான் கேட்ட உடனே ‘வத்தல் குழம்பு’, ‘மிளகு ரசம்’ னு பதில் சொன்னீங்களே அதுக்காகக் கேட்டேன்’ என்றான் தாமோதரன்.

விம்மி சமையல் அறையில் ஒழுங்காக அடுக்கி வைக்கப் பட்டிருந்த பாத்திரங்களைப் பார்வையிட்டாள்.

‘ஷல் ஐ ஹெல்ப் யூ! நான் அவ்வளவு ஒண்ணும் மோசமான சமையல்காரனில்லே’ என்றான் தாமோதரன்.

‘டூ மெட்டி குக்ஸ்... சாமான்கள் எங்கெங்கே இருக்குன்னு சொல்லிடுங்க... போதும். அரை மணியிலே எல்லாம் தயாரா யிடும்.’

அவன் சாமான்கள் எங்கெங்கே இருக்கின்றன என்று அவளுக்குச் சுட்டிக் காட்டினான்.

‘தேங்க் யூ; நீங்க போய் உட்காருங்க... சாப்பிட்டப்புறம் சொல் லுங்க. என் பெயிண்டிங்ஸ் தேவலையா சமையல் தேவலை யான்னு...’

‘எது தேவலைன்னு சொன்னா இன்னொண்ணை விட்டுடு வீங்களோ?’

‘அப்படியொரு நம்பிக்கை உங்களுக்கு இருக்கா? நோ ஃபியர்ஸ்...’ என்று சிரித்துக்கொண்டே சொன்னாள் விம்மி.

தாமோதரன் வெளியே சென்றான்.

விம்மி தன் மனம் லேசாகியிருப்பதை உணர்ந்தாள். அவள் நெஞ்சை இதுவரை இறுக்கியிருந்த ஒரு சுமை அகன்று விட்டாற் போல் ஒரு தெளிவு... அவள் இனி ‘இப்படிப் பேசுவது சரியா, ரியாக்ஷன் எப்படி இருக்கும்!’ என்றெல்லாம் யோசித்துப் பேச வேண்டிய அவசியமில்லை. அவளுக்கும் அருணுக்கும் இடையே இருந்து வந்த உறவு, அவளைப் பொறுத்தவரையில் இயல்பாக இல்லை என்று அவள் நினைத்து வந்ததற்கு என்ன காரணம்? அவன் இவ்வுறவு இயல்பாக இல்லை என்று உணர்ந்து கொண்டிருக்கவே மாட்டான். அவள் அவனுக்குப் பிரியமான ஒரு விளையாட்டுப் பொம்மை. பொம்மை பேசுகின்றது என்று அறிந்ததும் அவனுக்கு அதிர்ச்சி.

நேற்று அவன்மீது அவளுக்கு அவ்வளவு கோபம் வந்து, ‘கெட்அவுட்’ என்று கத்தியதை இப்பொழுது யோசித்துப் பார்க்கும் போது அவளுக்கு ஆச்சரியமாக இருக்கிறது. ‘அப்புறம் என்ன நடந்தது?’ என்று அவன் கேட்டதுதான் அவளுடைய கோபத் திற்குக் காரணம். செக்ஸ்தான் எல்லாவற்றுக்கும் தர்க்கரீதியான முடிவு என்று நினைப்பது எவ்வளவு சிறுமைத்தனம்.

அவள்மீது கொண்ட கோபத்தில் அவன் என்ன செய்தான்? ‘ஐ ஹாட் டெர்ரிஃபிக் டைம் வித் ராதிகா!’ உண்மையிலேயே இந்த அனுபவத்தை அவன் ரசித்திருந்தானானால், ‘உன்னை எப்படிப் பழி வாங்கினேன் பார்’ என்ற மனநிலையுடன் இவ்வாறு சொல்லியிருப்பானா... இது அவளைப் பழி வாங்கு வதற்காகச் செய்யப்பட்ட காரியம் என்றால் இது ராதிகாவுக்கு இழைக்கப்பட்ட பெரிய கொடுமை. ராதிகாவுக்கு இது தெரி யாமலேயே இருக்கலாம்.

ராதிகாவிடம் அவளுக்குப் பொறாமையே ஏற்படவில்லை. இதற்கு என்ன காரணம்? ஒருவேளை அவள் அருணை, அவன் அவளை விரும்புவதுபோல் விரும்பியிருந்தால் பொறாமை ஏற்பட்டிருக்கக்கூடும். அவன் அவளை அப்படி விரும்பியதன்

காரணமாகத்தான் பொறாமை உணர்வு தூண்டப்பட்ட நிலையில், 'அப்புறம் என்ன நடந்தது? என்று கேட்டிருக்கிறான். அவன் அவளை விரும்புகின்ற அளவுக்கு அவளால் அவனை விரும்ப முடியவில்லை என்பது துர்பாக்கியம்தான்.

தாமோதரன் கூறியதுபோல், அருண் அவளைத் தேடிக்கொண்டு வருவானோ? அவள் தான் போகும் இடத்தைச் சொல்லாமல் கொள்ளாமல் வந்தது தவறுதான். அவள் குற்ற உணர்வினால் சொல்லவில்லை என்று அவன் நினைக்கலாம், அவளைப் பொறுத்தவரையில் அவளுக்கு எந்தவிதமான குற்ற உணர்வும் இல்லை. அவன்தான் அவளை வீட்டை விட்டுப் போகும்படி சொன்னான். அவள் எங்கே போனால் என்ன, அதைப்பற்றி ஏன் கவலைப் படவேண்டும்?

நாளைக்கு ஃபோன் செய்து அவள் எங்கே இருக்கிறாள் என்ற தகவலை அவனுக்குத் தெரிவித்தாக வேண்டும். அவன் அவளைத் தேடிக்கொண்டு வந்தானானால்... இதைச் சந்திக்க அவள் தயார்தான்.

தாமோதரனின் நண்பர்கள் அவளை ஏற்றுக் கொள்ளாவிட்டால் என்ன செய்வது? அவர்கள் அவளை ஏற்றுக் கொள்வார்கள் என்ற நம்பிக்கை தாமோதரனுக்கு இருக்கிறது. மனத்தடையற்ற ஒரு குழுவினருடன் அவள் தங்கியிருக்கப் போகிறாள். இது அவளுக்கு ஒரு புதிய அனுபவம்.

'விம்மி...'

அவள் திரும்பிப் பார்த்தாள்.

தாமோதரன்.

'உங்க ஹஸ்பெண்ட், வந்திருக்கார்.'

அவள் திடுக்கிட்டாள். அவனுக்கு எப்படி இந்த முகவரி கிடைத்தது. அவள் சிறிது நேரம் பேசாமல் அப்படியே நின்றாள்.

'யு ஹேவ் டு ஃபேஸ் இட்... திரும்பிப் போறது நல்லதுன்னு பட்டதுன்னா, அதைப்பற்றி யோசிக்காதீங்க... திரும்பிப் போயிடுங்க.'

'ஐ ஆம் நாட் கோயிங் பேக்...'

'அப்போ வந்து அவரோடு பேசுங்க.'

அவள் சமையல் அறையிலிருந்து வெளியே வந்தாள்.

அருண் நின்று கொண்டிருந்தான். அவளைப் பார்த்துப் புன்னகை செய்தான்.

'ஐ ஆம் ஸாரி... ஃபார் வாட் ஹாப்பென்ட். உன் கோபம் தணிஞ்சு போச்சா. போகலாமா?'

விம்மி பதில் பேசாமல் நின்று கொண்டிருந்தாள்.

'எப்படி இந்த அட்ரஸ் கிடைச்சுதுன்னு பார்க்கறயா? லலித் கலா அகாடமிக்கு ஃபோன் பண்ணேன். மிஸ்டர் தாமோதரன் இவ்வளவு பெரிய ஆர்ட்டிஸ்ட்னு எனக்குத் தெரியாது. சுலபமா கிடைச்சுடுத்து, அவளுடைய - அட்ரெஸ்! இவ்வளவு பெரிய ஆர்ட்டிஸ்ட்கிட்ட நீ பெயிண்டிங் கத்துக்கறதுலே எனக்கு ஆட்சேபணையே இல்லே... நீங்களும் வேணும்னா என் வீட்டிலேயே வந்து இருக்கலாம். இந்த மாதிரி ரெண்டு மாடி ஏறி வந்து அவஸ்தைப்பட வேண்டாம்.'

விம்மிக்கு முகம் சிவந்தது. ரசனையற்ற முறையில், தாமோத ரனின் உடல் குறையை இப்படிச் சுட்டிக் காட்டவா வேண்டும்?

'நீங்க பிஸினஸ்லே யாரை வேண்டுமானாலும் விலைக்கு வாங்க முடியும். தாமோதரனை அப்படி வாங்கலாம்னு நினைச்சீங் கன்னா அது தப்பு மிஸ்டர் அருண்' என்றாள்.

'விலைக்கு வாங்கறதா நான் சொல்லவேயில்லையே. அவரு டைய சௌகரியத்துக்காகச் சொன்னேன்.'

'அவரை அவராலே பார்த்துக்க முடியும். யார் தயவிலும் அவர் இல்லை.'

'உங்களைப் புண்படுத்தியிருந்தா மன்னிச்சுடுங்க மிஸ்டர் தாமோ தரன்... ஐ ஹேவ் கம் ஹியர் டு டேக் மை வொய்ஃப்.'

தாமோதரன் புன்னகை செய்தான்.

'நான் உங்ககூட வரல்லே. நான் தீர்மானம் பண்ணியாச்சு...'

'இங்கேயே இருக்கிறதுன்னா?'

'ஆமாம்.'

'நான் செஞ்சது தப்புன்னு சொன்னப்புறம் கூட உனக்கு என்ன இவ்வளவு பிடிவாதம்?'

'நீங்க செஞ்சது தப்புன்னு மனம் வருந்தணும்ங்கிறதுக்காக நான் வீட்டை விட்டு வந்துடலே... என் வாழ்க்கையை நான் தேர்ந்தெடுத்தாச்சு. அவ்வளவுதான்.'

'இதுதானா உன்னுடைய வாழ்க்கை!'

'ஆமாம்...'

'வாட் ஹாஸ் ஹாப்பன்ட் டு யு விம்மி? ஹாவ் யு கான் நட்ஸ்?' என்று கோபத்துடன் இரைந்தான் அருண்.

விம்மி உறுதியான குரலில் 'இனிமே இதைப் பத்திப் பேசறதிலே எந்தப் பிரயோசனமும் இருக்கிறதா எனக்குத் தெரியலே... நான் உங்களோட வரப்போறதில்லே...' என்றாள்.

'நீங்க என்ன சொல்றீங்க தாமோதரன்?'

'நான் என்ன சொல்றதுக்கு இருக்கு? இது உங்க ரெண்டு பேருக்கும் உள்ள பிரச்னை' என்றான் தாமோதரன்.

'பட், அவ வீட்டை விட்டு வந்து உங்களோட இருக்காளே, யு ஆல்ஸோ இன்வால்வ்ட்... இது எப்படி எங்க ரெண்டு பேருக்கு முள்ள பிரச்னை?'

'இது ஒரு ஓப்பன் ஹவுஸ். யார் வேணுமானாலும் வரலாம்... நீங்களே விம்மியை விட்டு வந்திருந்தாலும் இடம் கொடுத் திருப்பேன்.'

'ஷெல்டர் ஃபார் ரன்-அவே வொய்ஃப்ஸ் அன்ட் ஹஸ் பெண்ட்ஸ்?'

'நான் உங்களை விட்டு ஓடி வரலே மிஸ்டர் அருண். நீங்கதான் என்னை வீட்டை விட்டுப் போகச் சொன்னீங்க.'

'எப்போ சொன்னேன்? நீ என்னை கெட்அவுட் சொன்னே, அப்போ கோபத்திலே நானும் சொன்னேன்... ஓகே எல்லாத்தை யும் ஒரு கெட்ட சொப்பனம் மாதிரி மறந்துடுவோம். ப்ளீஸ் கம் வித் மீ!'

'நான் உங்களோட இருந்ததை ஒரு கெட்ட சொப்பனம் மாதிரி நினைச்சுண்டு எல்லாத்தையும் மறந்திடுங்க... ஐ ஆம் நாட் கமிங் வித் யு...'

அருண் சிறிது நேரம் பேசாமல் நின்று கொண்டிருந்தான். அவன் தாமோதரனைப் பார்த்தான்.

தாமோதரன் கீழே உட்கார்ந்துவிட்டான். அவன் கையிலிருந்த புத்தகத்தைப் புரட்டிக் கொண்டிருந்தான்.

'நீ என்னை விரும்பினதா நினைச்சதெல்லாம் வெறும் பொய்தானா?' என்று கேட்டான் அருண், மிகவும் நிதானமான குரலில்.

'நீங்க அப்படி நினைச்சிண்டிருந்தா அதுக்கு நான் பொறுப் பில்லே... இப்போத்தான் அதைப் பத்தி யோசிச்சுப் பார்த்தேன்... நீங்க ராதிகாவோட இருந்ததைப் பத்திச் சொன்னபோது, உங்க பேரிலே எனக்கு விருப்பம் இருந்திருந்தா, எனக்குப் பொறாமை ஏற்பட்டிருக்கணும். ஏற்படலே ஏன்? நீங்க என்னை விரும்பின அளவுக்கு நான் உங்களை விரும்பலே, மிஸ்டர் அருண் நான் பொய் சொல்லல்லே, இப்போத்தான் மிஸ்டர் தாமோதரன் சொன்னார். இந்த இடத்திலே அவரோட இருக்கணும்னா, பொய் பேசக் கூடாதுன்னு...'

அருண் அவள் பேசப் பேச பொறுமையை இழந்து வருகிறான் என்று அவனைப் பார்த்தால் தெரிந்தது.

அவன் கோபத்தில் உதடுகள் துடிக்கக் கேட்டான்: 'டெல் மி ஹானஸ்ட்லி, விம்மி, ஆர் யூ இன் லவ் வித் திஸ் க்ரீச்சர்?'

'கெட்அவுட்' என்று இரண்டாம் முறையாக, ஆவேசம் வந்தவள் போல் கத்தினாள் விம்மி.

தாமோதரன் புத்தகத்தை மூடி வைத்துவிட்டு, அருணைப் பார்த்துப் புன்னகை செய்தான்.

அத்தியாயம் - 12

அருண், இன்டர்நேஷனல் சென்டருக்குள் நுழைந்தான். லஞ்சுக்கு ராதிகாவை அங்கு சந்திப்பதாக ஏற்பாடு.

ஆபீஸ் விஷயமாக அவள் லோதி எஸ்டேட்டில் ஒரு முக்கிய அரசாங்கப் புள்ளியை அவர் வீட்டிலே சந்தித்துவிட்டு, சென்டருக்கு வருவதாகக் கூறியிருந்தாள்.

அருண் ஒரு மணிக்கு வருவதாகக் கூறியிருந்தான். அரைமணி தாமதமாகிவிட்டது. ராதிகா காத்திருந்துவிட்டு போயிருக்கக் கூடும்.

அவன் லௌஞ்சுக்குள் சென்று சுற்றுமுற்றும் பார்த்தான். ராதிகாவைக் காணவில்லை.

ஒருவேளை அவள் இன்னும் வரவில்லையோ? யாரைப் பார்க்கச் சென்றாளோ அவர் வீட்டில் தாமதமாகியிருந்தால்?

அவன் வெளியே வந்து அந்த நீண்ட வராந்தாவில் போடப் பட்டிருந்த கூடை நாற்காலியில் உட்கார்ந்து ஒரு சிகரெட்டைப் பற்றவைத்துக்கொண்டான்.

இங்கு அவன் விம்மியுடன் எத்தனை தடவைகள் வந்திருக் கிறான்! விம்மி இப்பொழுது மிகவும் பிரபலமாகி விட்டாள். டெல்லியில் உள்ள பெரிய ஓவியர்களில் அவளும் ஒருத்தி.

அவனை விட்டு அவள் பிரிந்து ஆறு வருஷங்கள் ஆகிவிட்டன. இந்த ஆறு வருஷங்களுக்குள் எத்தனை மாறுதல்கள்! அவன் அவனுடைய கம்பெனியில் முதல் பதவியை வகிக்கிறான். ராதிகா அவனுடன், அவன் வீட்டில் இருப்பது என்று தீர்மானம் ஆனவுடன் அவனுடைய கம்பெனியில் சேர்ந்தாள். பள்ளிப் படிப்பை முடித்த பிறகு டெல்லியிலேயே ஒரு கல்லூரியில் சேர்ந்த ராகுல், ஹாஸ்டலில் இருக்கிறான். வீட்டுக்கு வருவதே கிடையாது. ராதிகாதான் அவனைச் சென்று பார்க்கிறாள்.

ராகுலைப் பற்றி அவள் அவனுடன் பேசுவதே கிடையாது. ராகுல் தன்னை அடியோடு வெறுப்பதுதான் இதற்குக் காரணமாக இருக்க வேண்டும் என்று தோன்றிற்று அருணுக்கு. இதைப் பற்றியும் அவன் ஒரு சமயம் ராதிகாவை விசாரித்தான். 'ராகுல் யாரைப் பற்றியும் கவலைப்படுவதில்லை... அம்மாவிடம் பாசம் உள்ள பையனுக்குத்தானே அம்மாவின் காதலனிடம் பொறாமை ஏற்படும்... யு டோன்ட் ஃபிகர் இன் ஹிஸ் லைஃப் அட் ஆல்...' என்று ராதிகா பதில் சொன்னாள். இது முழு உண்மையாக அவனுக்குப் படவில்லை. இது உண்மையாக இருந்தால், ராகுலுக்கு அவனை வந்து பார்ப்பதில் ஆட்சேபணை இருந்திருக் காது.

ராதிகாவின் போக்கிலும் அவன் சிற்சில மாறுதல்களைக் கவனிக்கத் தவறவில்லை. அவள் இப்பொழுதெல்லாம் நிறையக் குடிக்கத் தொடங்கிவிட்டாள். அவன் ஓரிரு சமயங்களில் இதைச் சுட்டிக் காட்டியபோது அவள் சொன்னாள்: 'என்னைப் பற்றி எனக்குத்தான் அக்கறை இருக்கவேண்டும். நீங்கள் கவலைப்பட வேண்டாம். உங்களுக்குப் பிடிக்காவிட் டால், நான் உங்கள் வீட்டை விட்டுப் போய்விடுகிறேன்.'

அவன் ராதிகாவுடன் வழக்காடுவதில்லை. அவளைப் பற்றி நன்கு அறிந்துள்ள நிலையில்தான் அவளுடன் இருக்கிறான். அவள் தன்னுடன் வந்து இருக்கச் சம்மதிப்பாள் என்று முதலில் அவன் நினைக்கவில்லை. தாமோதரன் வீட்டிலிருந்து அவன் அன்று புறப்பட்டவுடன் நேரே ராதிகாவின் வீட்டுக்குச் சென்றான். அவளிடம் அவனுக்கும் விம்மிக்கும் இடையே நிகழ்ந்த சம்பாஷணையைப் பற்றிச் சொன்னான். பிறகு உணர்ச்சி வயப்பட்ட நிலையில், ராதிகாவைத் தன்னுடன் வந்து இருக்கும் படி அழைத்தான். அவள் இதற்கு இசைந்தது, அவன் இதைப் பற்றி அடுத்த நாள் யோசித்துப் பார்த்தபோதுதான், ஆச்சரி யத்தைத் தந்தது. அவளுக்கும் 'தனிமை' போரடித்திருக்க வேண்டுமென்று அவனுக்குப் பட்டது.

அவனுடன் அவள் இருக்க ஆரம்பித்த சில மாதங்களுக்குப் பிறகு அவன், இருவரும் திருமணம் செய்து கொள்வதைப் பற்றிக் கேட்டான். 'விம்மி விவாகரத்துக்கு ஒப்புக்கொண்டு விடுவாள்... ரமேஷ் இருக்குமிடமோ தெரியவில்லை. இந்தப் பிரச்னையைச் சட்டபூர்வமாக அணுகி...' அவன் இவ்வாறு சொல்லி முடிப்பதற்குள் அவள் பெரிதாகச் சிரித்துக்கொண்டே கூறினாள்: 'மை டியர் அருண் யு ஆர் இம்பாஸிபில்...' மறுபடியும் கல்யாணத்தைப் பற்றி அவளிடம் அவன் பேசவேயில்லை. பேசுவதிலும் பயனில்லை என்று அவனுக்குத் தோன்றியது.

விம்மிக்கும் தாமோதரனுக்குமிடையே எத்தகைய உறவு இருக்கமுடியும்? இந்தக் கேள்வியைக் கேட்டதற்காகத்தான் விம்மி, அவனுடன் உறவை முறித்துக்கொண்டு விட்டாள். தாமோதரன் மிகச் சிறந்த ஓவியனாக இருக்கலாம். அறிவாளியாக இருக்கலாம். ஆனால் அவன் உருவத்தைப் பார்க்கும்போது, எந்தப் பெண்ணுக்கு அவன் மீது காதல் உண்டாகும்? அவன் உருவத்தை மனத்தினின்றும் அகற்றி அவனுடன் பேசுவ தென்பது சாத்தியமான காரியமா?

ராதிகாவிடம் தாமோதரனைச் சித்திரித்துக் கூறிவிட்டு, விம்மிக்கும் அவனுக்குமிடையே உள்ள தொடர்பை அவனால் புரிந்துகொள்ள முடியவில்லை என்று சொன்னபோது, அவள் இதைப்பற்றி யோசிப்பதுபோல் சிறிதுநேரம் மௌனமாக இருந்தாள். பிறகு சொன்னாள்: 'யாரிடம் யாருக்கு ஈடுபாடு ஏற்படுகிறது என்ற மனித குணத்தைப்பற்றி ஒன்றும் சொல்வதற் கில்லை.'

சில மாதங்களுக்கு முன்பு தாமோதரனைப்பற்றி ஒரு பத்திரிகை யில் கட்டுரையும், அவன் பேட்டியும் பிரசுரமாகியிருந்தன. அவன் ஒரு தனிமனிதனல்ல, ஓர் இயக்கம் என்று குறிப்பிட்டிருந் தார்கள். கலைத்துறையில் ஈடுபட்ட பல இளைஞர்கள் அவன் தலைமையை ஏற்றுக்கொண்டு, எப்படிச் செயல்படுகிறார்கள் என்பது பற்றியும் விரிவாக எழுதியிருந்தார்கள். சிலர் கவிஞர்கள், சிலர் விமரிசகர்கள், சிலர் நாடகத் துறையில் இருப்பவர்கள், சிலர் சைத்ரிகர்கள்... எப்படி ஒரு கலைக் குடும்பத்தை உரு வாக்கி தாமோதரன் நிர்வகித்து வருகிறான் என்று படித்தபோது, விம்மியின் பெயர் அதில் குறிப்பிட்டிருக்கிறதா என்று அவன் அக்கட்டுரை முழுவதையும் படித்துப் பார்த்தான். தாமோதரன் பேட்டியில் கூறியிருந்தான்: 'கலை ஆற்றல் வெளிப்படுவதற்கு ஒருவருக்கு வாழ்க்கையில் பொறுக்க முடியாத சலிப்பு ஏற்பட வேண்டும். ரிப் வான் விங்கிலைப்போல் உறங்கிக் கிடந்த விம்மி யின் ஓவியத் திறன் சிலிர்த்தெழுந்ததென்றால் அதற்கு அவளு டைய திருமண வாழ்க்கையின் சலிப்பே காரணம்.'

விம்மியின் தகவல்தான் அவனை இவ்வாறு சொல்லத் தூண்டி யிருக்கவேண்டும். அவனுடன் இருந்த நாள்கள் விம்மிக்குச் சலிப்பையா தந்தன? குழந்தை பிறக்கவில்லை என்ற காரணத் தினால் இருக்குமோ? ஆனால் இதைப்பற்றி அவள் வாய் விட்டுக் கூறியதே கிடையாது. குழந்தை பிறக்காததற்கு அவன் அவளை டாக்டரிடம் பரிசோதனைக்கு அழைத்துச் சென்றானே தவிர, தன்னைப் பரிசோதித்துக் கொள்ளவில்லை. தன்னைப்பற்றி அவனுக்கு அவ்வளவு அசாத்திய நம்பிக்கை. இந்தச் சின்னச் சின்ன விஷயங்களெல்லாம் அவளை மிகவும் உறுத்தியிருக்க வேண்டும் என்று இப்பொழுதுதான் புரிகிறது... குழந்தை பிறந் திருந்தால் ஒருவேளை விம்மி அவனை விட்டுப் போயிருக்க மாட்டாளோ என்னவோ!

இப்பொழுது வாழ்க்கை அவனுக்கு அலுத்துக் கொண்டிருக் கிறது. வாழ்க்கையில் அவன் வெற்றியடைந்த மனிதன்தான், சந்தேகமில்லை. அவனுடைய கம்பெனியில் அவன்தான் முதல்வன். இது வெற்றி இல்லையா? ஆனால் வாழ்க்கை என்பது வெறும் லாப நஷ்டக் கணக்குத்தானா? இதுதான் அவனுக்குப் புரியவில்லை.

இந்த அலுப்பின் காரணமாக அவனுக்குள்ளிருக்கும் கலை ஆற்றல் வெளிப்பட இடமிருக்கிறதா? அவனுக்குள் கலை

ஆற்றல் இருந்தால்தானே வெளிப்படுவதற்கு? அவனுக்கு இலக்கியம், இசை, ஓவியம்... எதிலுமே ஈடுபாடு இருப்பதாகத் தெரியவில்லை. வாழ்க்கையில் எவ்வளவு இழந்திருக்கிறோ மென்று அவனுக்கு அப்பொழுதுதான் முதல் தடவையாகப் புலப்பட்டது.

'ஹலோ அருண்...'

அவன் திரும்பிப் பார்த்தான். சுரேஷ் - ஒரு பெரிய தொழில் நிறுவனத்தின் லையாசன் அதிகாரி. அவன் இன்டர்நேஷனல் சென்டரிலேயே தங்கியிருந்தான். மத்திய அரசாங்கத்தின் மந்திரி ஒருவரின் உறவினன். இந்த உறவை வைத்துக்கொண்டு, அவன் சம்பாதித்த லாபங்கள் எத்தனை! பெண்களும் வாய்ஜாலமுமே அவன் வெற்றிக்கு மூலதனம்.

சுரேஷ் அருண் எதிரே இன்னொரு கூடை நாற்காலியில் உட்கார்ந்தான்.

'என்ன இப்படிச் சாவகாசமாக உட்கார்ந்திருக்கிறீர்கள்?' என்று கேட்டான் சுரேஷ்.

'சும்மாத்தான்...'

'தேர்தலில் எந்தக் கட்சி பதவிக்கு வரும் என்று நினைக்கிறீர்கள்?'

'எந்தக் கட்சி வந்தால் என்ன?'

'எந்தக் கட்சியாக இருந்தாலும் வளைத்துப் போட்டுக் கொள்ள லாம் என்ற நம்பிக்கையா?' என்று கேட்டுக்கொண்டே சிகரெட் பாக்கெட்டை அருணிடம் நீட்டினான் சுரேஷ்.

'நம்பிக்கையின் காரணமாகத்தானே நாம் எல்லோரும் உயிர் வாழ்ந்து கொண்டிருக்கிறோம்?' என்று கூறியவாறு ஒரு சிக ரெட்டை எடுத்துக்கொண்டான் அருண்.

'இன்றிரவு வருங்கால எம்.பி.க்கள் நாலைந்து பேர் என் எளிய குடிலுக்கு விருந்துண்ண வருகிறார்கள்... எல்லாம் உண்டு... வருகிறீர்களா?' என்று கண் சிமிட்டிக்கொண்டே அவனை அழைத்தான் சுரேஷ்.

'தேங்க் யூ. நான் வருவதற்கில்லை. என்ஜாய் யுவர் செல்ஃப்...'

'இந்த வருங்கால எம்.பி.க்களைத் தெரிந்துகொள்வது உங்களுக்கும் உபயோகமாக இருக்கலாம்... இவர்களில் ஒருவர் நிச்சயமாக மந்திரியாக வரப்போகிறார்.'

'எந்தக் கட்சி பதவிக்கு வந்தாலுமா?'

'ஆமாம்' என்று கூறிவிட்டுப் பெரிதாகச் சிரித்தான் சுரேஷ்.

'இன்று விருந்துக்கு வரவேண்டுமென்று என்ன அவசியம்? பின்னால் எங்களுக்கு உதவி செய்ய வேண்டுமானால் மறுக்கவா போகிறீர்கள்? இன்றிரவு வேறுவேலை இருக்கிறது. அதனால்தான் யோசிக்கிறேன்.'

'அஃப்கோர்ஸ், ஐ ஆம் அட் யுவர் டிஸ்போஸல்... அரபு நாடுகள் கான்ட்ராக்ட் ஃபைனலைஸ் செய்து விட்டீர்களாமே?'

'ஆ... மா... ம்... உங்களுக்கு எப்படித் தெரியும்?'

'சுரேஷுக்குத் தெரியாமல் அரசாங்கக் காரியாலயங்களில் எது நடக்கும்?'

'உங்களுடைய முக்கியத்துவம் எனக்குத் தெரியாமலில்லை. ஆனால் உங்களுடைய திறமையெல்லாம் ஏற்கெனவே மிகப் பெரிதாக இருக்கும் தொழில் நிறுவனத்துக்கு உபயோகப்பட்டுக் கொண்டிருக்கிறதே என்பதுதான் என் வருத்தம். எங்கள் வளர்ச்சிக்கு நீங்கள் ஏன் உதவக்கூடாது?'

'பெரிய தொழில் நிறுவனத்துக்காக வேலை செய்கிறேன் என்பதும் உங்கள் வளர்ச்சிக்கு உதவுவதென்பதும் ஒன்றும் முரண்பட்ட விஷயங்கள் அல்ல... இது என் வளர்ச்சிக்கு நீங்கள் எந்த அளவுக்கு உதவுவீர்கள் என்பதைப் பொறுத்த விஷயம்?'

'நீங்கள் உதவ இசைந்தால் உங்கள் விருப்பத்தின் எல்லையைப் பொறுத்த விஷயம். இப்பொழுது எங்களுக்கு ஒரு பிரச்னை...'

'சொல்லுங்கள்.'

'ஆப்பிரிக்க நாடுகளுக்கு ஏற்றுமதி செய்யும் விவகாரம். அரசாங்கம் முதலாளி ஆகப் பார்க்கிறது. ஏஜென்ஸி எங்களுக்குக் கிடைக்க வேண்டும். மனசாட்சி இருப்பதாகச் சொல்லிக் கொள்ளும் ஒரு முக்கிய அதிகாரி தகராறு செய்கிறார்.'

‘ஓகே... இட் ஈஸ் டன்... கவலைப்படாதீர்கள். நாளை இரவு என் சிறு குடிலுக்கு வந்தீர்களானால் இதைப்பற்றி இன்னும் விரிவாகப் பேசலாம்.’

‘நாளை இரவா?’ என்று சிறிது நேரம் யோசித்துவிட்டுப் பிறகு ‘சரி... ஆனால் ஒரு சிறிய மாற்றம். நீங்கள் என் வீட்டுக்கு வாருங்களேன்’ என்றான்.

‘ஓகே...’ என்று சொல்லிக்கொண்டே அருண் கூப்பிடப் போவதை எதிர்பார்த்தவன்போல் தலையசைத்தான் சுரேஷ்.

‘மிஸ்டர் அருண், உங்களுக்கு ஃபோன்’ லௌஞ்ச் மேனேஜர் வீரேந்தர் வந்து சொன்னார்.

அருண் எழுந்து உள்ளே சென்றான். ராதிகாதான் ‘ஐ ஆம் ஸாரி, அருண். இங்கே நேரமாயிடுச்சு. நீ சாப்பிட்டாச்சா? டைம் ஆயிடுத்துன்னா நீ போ. என்ன சொல்றே?’

அவள் அவனோடு வந்து தங்கத் தொடங்கியதிலிருந்து அவனை ‘நீங்க’ என்று சொல்வதில்லை. ரமேஷை அவள் ‘அவன்’ என்றுதான் குறிப்பிடுவது வழக்கம்.

‘நான் சாப்பிடலே... பட் நான் போறேன். நீ முன்னாலேயே ஃபோன் பண்ணியிருக்கலாமில்லையா?’

‘ஐ ஆம் ஸாரி அருண்... சாப்பிடலேன்னா வெயிட் பண்ணேன். நானும் வரேன். ஜஸ்ட் ஃபைவ் மினிட்ஸ்...’

அவன் யோசித்தான்.

அப்பொழுது வாசலை நோக்கியிருந்தது அவன் பார்வை. அவன் கண்ட காட்சி...

விம்மியும் தாமோதரனும் உள்ளே நுழைந்து கொண்டிருந்தனர்.

விம்மி தாமோதரனுடைய கையைப் பிடித்துக்கொண்டிருந்தாள். ‘தி ப்யூட்டி அண்ட் தி பீஸ்ட்’ என்று மனத்துக்குள் சொல்லிக் கொண்டான் அருண். அவ்வாறு சொல்வது தவறு என்ற எதிர்ப்புணர்வும் உடனே தோன்றியதுதான் அவனுக்கு ஆச்சரியமாக இருந்தது.

அவனைப் பார்த்துவிட்டுச் சிறிது தயங்கி நின்றாள் விம்மி.

அவள் அவனை விட்டுப் பிரிந்த பிறகு இப்பொழுதுதான் முதல் தடவையாகப் பார்த்துக் கொள்கின்றனர்.

தாமோதரன் புன்னகையுடன், 'ஹலோ மிஸ்டர் அருண்!' என்று சொல்லியவாறு கையை நீட்டினான்.

'ஐ ஆம் ஸாரி... ராதிகா... நான் போறேன்... எனக்கு நேர மாயிடுத்து. நீயும் சாப்பிடறதுக்காக இங்கே வரவேண்டாம். ஓகே?' என்று போனில் சொல்லிவிட்டு தாமோதரனிடம் கையை நீட்டிக் கொண்டே, விம்மியைப் பார்த்துப் புன்னகை செய்தான் அருண்.

'ஹௌ ஆர் யூ?' என்று கேட்டாள் விம்மி. அவள் புன்னகை செய்ய மிகவும் சிரமப்படுகிறாள் என்று தோன்றிற்று அருணுக்கு.

'ஃபைன்... பட் நாட் ஸோ ஃபைன். ஆஸ் யூ ஆர் டூயிங்' இப்போ நீ பெரிய ஆர்ட்டிஸ்ட்... உன்னைப் பற்றிப் பேப்பர்ல நிறையப் படிக்கிறேன்...'

விம்மி பேசாமல் இருந்தாள்.

'நீங்க சாப்பிட்டாச்சா?' என்று கேட்டான் தாமோதரன்.

'இல்லே...'

'தென்... வொய் டோன்ட் யு ஜாய்ன் அஸ்?' என்றான் தாமோதரன்.

விம்மி சிறிது திடுக்கிட்டவள் போல் தாமோதரனைப் பார்த்தாள்.

'தட் ஈஸ் ஆல் ரைட்... நீங்க சாப்பிடுங்க. எனக்கு டைம் ஆச்சு. நான் போறேன்.'

தான் திடுக்கிட்டுப் பார்த்ததை அருண் கவனித்து விட்டான் என்றுணர்ந்த விம்மி, 'கம் ஆன் அருண், ரொம்ப நாள் கழிச்சுப் பார்க்கறோம்... ஒண்ணா சாப்பிடலாம். வாங்க' என்றாள்.

அருண் மணியைப் பார்த்துக்கொண்டே 'ஓகே...' என்று சொல்லிக்கொண்டே உட்காருவதற்குச் சுற்றுமுற்றும் இடத்தைத் தேடினான். வலக்கோடியில் இடம் காலியாக இருந்தது. அவ் விடத்தை நோக்கி நடந்தான்.

அருண் தான் உட்கார்ந்த பிறகுதான் கவனித்தான், தாமோதரன் சோபாவில் சப்பணம் போட்டுக் கொண்டு உட்கார்ந்திருப்பதை. வேடிக்கையாக இருந்தது அருணுக்கு. தாமோதரன் பக்கத்தில் விம்மி.

வீரேந்தர் கையில் மெனு கார்டை எடுத்துக்கொண்டு அவர்களை நோக்கி வந்தான்.

'எனக்கு எது பிடிக்கும்னு உனக்குத் தெரியுமே விம்மி, சொல்லு' என்றான் அருண்.

'மறந்து போச்சு - நீங்களே சொல்லுங்க' என்று மெனு கார்டைப் பார்த்துக்கொண்டே சொன்னாள் விம்மி.

அந்த இடத்தை விட்டு உடனே எழுந்து போக வேண்டும் போல் தோன்றிற்று அருணுக்கு. அப்படி எழுந்து போனால், அது சிறுபிள்ளைத்தனமாக இருக்கும்.

அவன் மெனு கார்டை வாங்கிச் சிறிதுநேரம் அதைப் பார்த்துவிட்டுப் பிறகு சொன்னான்: 'இன்ஃபாக்ட் எனக்குப் பசி இல்லை. சான்ட் விச், காபி போதும்.'

விம்மி கணநேரம் அவனை உற்றுப் பார்த்தாள். பிறகு தாமோதரனைக் கேட்டாள்: 'உங்களுக்கு?'

'சைனீஸ் சூப்... கபாப்... காபி' என்றான் தாமோதரன்.

'வெஜிடபிள் சூப்... மஷ் - ரூம் சான்ட் விச்சஸ்... காபி' என்றாள் விம்மி.

வீரேந்தர் எழுதிக்கொண்டு சென்றான்.

சிறிது நேரம் அங்கு அமைதி நிலவியது. விம்மி அங்கு சுவரில் தீட்டப்பட்டிருந்த மொஸைக் ஓவியமொன்றைப் பார்த்துக் கொண்டிருந்தாள்.

'எனக்கு அது ஒண்ணும் புரியலே' என்றான் அருண்.

'புரியறதுக்கு ஒண்ணுமில்லே. இட் ஈஸ் ஜஸ்ட் ஃபோனி' என்றான் தாமோதரன்.

'அப்படியா?' என்று ஆச்சரியத்துடன் வினவினான் அருண்.

‘எஸ்... ஹுசேனைப் பார்த்து எல்லோரும் ஆரம்பிச்சுட்டாங்க... பட் ஹுசைன் ஈஸ் எ ஜீனியஸ்... நான் சென்டர் டைரக்டர் கிட்டே சொன்னேன். இதை எடுத்துடுங்கோ வேணாம்னு. ஆனா இந்தக் காலத்திலே ஃபோனிக்குத்தான் மதிப்பு’ என்றான் தாமோதரன்.

‘உங்க பேட்டியை நான் நாலைஞ்சு மாசத்துக்கு முன்னாலே படிச்சேன். விம்மியைப் பத்திச் சொல்லியிருக்கறதையும் படிச் சேன். எனக்கொரு சந்தேகம், விம்மி, உன்னைக் கேக்கலாமா, இஃப் யூ டோன்ட் மைன்ட்?’

‘என்ன?’

‘என்னோடு நீ இருந்தபொழுது அந்த வாழ்க்கை அலுத்துப் போனதற்கு என்ன காரணம்? அதனாலே நீ ஆர்ட்டிஸ்டா ஆய்ட் டேங்கறது சந்தோஷப்பட வேண்டிய விஷயந்தான். ஆனா எந்த அளவுக்கு உன் வாழ்க்கை அலுத்துப் போக நான் காரணமாக இருந்தேங்கறது எனக்குப் புரியலே...’

விம்மி பேசாமல் இருந்தாள்.

‘நீ இந்த கேள்விக்குப் பதில் சொல்லணும்னு நான் வற்புறுத் தலே. ஆனா மிஸ்டர் தாமோதரன், உங்களை ஒரு சந்தேகம் கேட்கலாம்னு இருக்கேன். எனக்கு இப்பொழுதைய வாழ்க்கை அலுத்துப் போயிண்டிருக்கிற மாதிரி இருக்கு. நான் ஒரு ஆர்ட்டிஸ்டா ஆக முடியுமா?’

தாமோதரன் சிரித்தான்.

‘நான் வேடிக்கைக்காகக் கேட்கலை. மிஸ்டர் தாமோதரன்... ஐ ஆம் ஹானஸ்ட்.’

‘வெறும் அலுப்பு மட்டும் இருந்தாப் போறாது, மிஸ்டர் அருண். ஆற்றலும் வேணும்’ என்றான் தாமோதரன்.

விம்மி புன்னகையுடன் வேறு எங்கோ பார்த்துக் கொண்டிருந் தாள். அவள் பார்வை சென்ற திசையை நோக்கினான் அருண்.

‘ஒண்ணுமில்லே அங்கே... நீங்க சொன்னதுதான் சிரிப்பு வந்தது’ என்றாள் விம்மி.

'எனக்கு வாழ்க்கை அலுத்துப் போச்சுங்கறது உனக்கு ஹாஸ்யமா இருக்கா?'

'எஸ்... இப்போ நீங்க கம்பெனியிலே நம்பர் ஒன்னா இருக்கீங் கன்னு கேள்விப்பட்டேன். இது உங்களுக்குச் சந்தோஷத்தைத் தரவேண்டிய விஷயம்தானே?'

அருண் சிறிது நேரம் பேசாமல் இருந்தான். பையிலிருந்து சிகரெட் பாக்கெட்டை எடுத்துப் பற்றவைக்கப் போனவன், திடீ ரென்று நினைவு வந்தவன்போல், 'ஐம் ஸாரி' என்று சொல்லிக் கொண்டே, பாக்கெட்டை தாமோதரனிடம் நீட்டினான்.

தாமோதரன் ஒரு சிகரெட்டை எடுத்துக்கொண்டான். அவன் சிகரெட்டைப் பற்றவைத்தான் அருண்.

'ஓ.கே. கம்பெனியிலே நம்பர் ஒன்தான். பட் வாழ்க்கைங்கிறது அவ்வளவுதானா?'

'நீங்கதான் சொல்லணும்.'

'ஒரு ப்ளைண்ட் அல்லேலே நிற்கிற மாதிரி இருக்கு. ஒரு தேக்கம்... இதெல்லாம் எதுக்குன்னு சில சமயம் தோணறது...'

தாமோதரன் மௌனமாக சிகரெட் புகையை உள்ளுக்குள் இழுத்துக் கொஞ்சம் கொஞ்சமாக வெளியே விட்டுக் கொண் டிருந்தான்.

சோபாவில் சாய்ந்து உட்கார்ந்திருந்தவள் நிமிர்ந்து உட்கார்ந்த வாறே கேட்டாள்: 'நான் உங்களை ஒண்ணு கேட்கலாமா?'

'ப்ளீஸ்!'

'ராதிகா உங்களோடத்தானே இருக்கா?'

'எஸ்...'

சிறிதுநேரம் அங்கு அமைதி நிலவியது. அருண் சிகரெட் சாம்பலை ஆஷ் ட்ரேயில் தட்டினான்.

'எதுக்காக இந்தக் கேள்வி கேட்டே?'

'அவ கூட இருக்கிறபோது எப்படி உங்களுக்கு இந்த மாதிரி விரக்தி ஏற்பட்டது? அதுதான் எனக்குப் புரியலே...'

அருண் ஆங்கிலத்தில் பேச ஆரம்பித்தான். 'மனித சுபாவத்தை, 'இது இப்படித்தான்' என்று வரையறுத்துச் சட்டம் போட்டு, ஃப்ரேம் பண்ணி மாட்டிட முடியாது. ராதிகாவைப் பற்றி அவளை அப்பொழுது நீ அறிந்தவரையில் என்ன அபிப்பிராயம் கொண்டிருந்தாயோ அதற்குப் பொருத்தமாக அவள் எப்பொழுதும் இருந்துகொண்டிருக்க வேண்டுமென்ற அவசிய மில்லை.'

விம்மி வாசலை நோக்கிப் புன்னகை செய்தாள்.

அருண் திரும்பிப் பார்த்தான்.

ராதிகா...

அவர்களைப் பார்த்ததும் அவள் ஒருகணம் திகைத்து நின்றாள். பிறகு சமாளித்துக்கொண்டு, விம்மியைப் பார்த்துப் புன்னகை செய்தாள்.

ராதிகா அவர்களை நோக்கி வந்தாள்.

விம்மி எழுந்து அவளருகில் சென்று அவளைக் கட்டிக் கொண்டாள். அவளுடைய இந்த உற்சாகம் ராதிகாவைச் சிறிது ஆச்சரியத்தில் ஆழ்த்தியதுபோலத் தோன்றியது.

'ஒரு ஸ்டார் பெயிண்டரை இன்னிக்குப் பார்க்கப் போறேன்னு நான் நினைக்கவேயில்லே' என்றாள் ராதிகா சிரித்துக்கொண்டே.

'ரெண்டு... இவர்தான் மிஸ்டர் தாமோதரன்' என்றான் அருண்.

தாமோதரன் எழுந்து கைகளைக் கூப்பினான்.

'ஐ ஆம் ராதிகா' என்று சொல்லிக்கொண்டே ராதிகாவும் கைகளைக் கூப்பினாள்.

விம்மியின் அருகில் உட்கார்ந்தாள் ராதிகா.

'நான் கிளம்பிண்டுதான் இருந்தேன். விம்மியையும் தாமோ தரனையும் பார்த்தேன். கொஞ்சம் இருந்துட்டுப் போகலாம்னு தோணித்து...' என்று சொன்ன அருணை இடைமறித்தாள் ராதிகா... 'ஒரு சமாதானமும் வேணாம். நீங்க விம்மியைப் பார்த்துப் பேசணும்னா நான் வேண்டாம்னா சொல்லப் போறேன்? என்னை வரவேண்டாம்னு எதுக்கு சொன்னீங்க? நீங்க அப்படிச்

சொல்றபோதே எனக்கு எதுக்காக இப்படிச் சொல்றீங்கன்னு தோணித்து... மை டியர் அருண். ஐ நெவர் தாட்...' என்று சொல்ல வந்ததைச் சொல்லி முடிக்காமல் தன் கைப்பையைத் திறந்து சிகரெட் பாக்கெட்டை எடுத்தாள்.

'யு நெவர் தாட் வாட்?' என்றான் அருண்.

'தாட் யு ஆர் எ கவர்ட்' என்று சொல்லிக்கொண்டே சிகரெட்டைப் பற்றவைத்தாள் ராதிகா.

அத்தியாயம் - 13

அன்றிரவு விம்மிக்கு உறக்கம் வர வில்லை. புரண்டு புரண்டு படுத்தது தான் மிச்சம். ஓயாமல் பல சிந்தனைகள்.

... அருண் மத்தியானம் சொன் னவை விம்மியின் காதில் ஒலித்துக் கொண்டிருந்தன. ஒரு ப்ளைண்ட் அல்லேலே நிக்கற மாதிரி இருக்கு... ஒரு தேக்கம். இதெல் லாம் எதுக்குன்னு சில சமயம் தோண்றது! 'மனித சுபாவத்தை இது இப்படித்தான் என்று வரையறுத்துச் சட்டம் போட்டு ஃப்ரேம் பண்ணி மாட்டிவிட முடியாது...'

எவ்வளவு வாஸ்தவம்? அருண் இவ்வாறு சொல்லக் கூடுமென்று அவள் எதிர்பார்க்கவில்லை. அவன்

சுபாவத்தையும் வரையறுத்துச் சட்டம் போட்டு ஃப்ரேம் பண்ணி மாட்டி விட்ட காரணத்தினால்தான், அவன் இவ்வாறு சொல்லக்கூடுமென்று அவள் எதிர்பார்க்கவில்லை.

வாஸ்தவமான வார்த்தைகள் என்று அவள் உணர்வதற்குக் காரணம், அவளே இதெல்லாம் எதற்கு? என்று தெரியாத நிலையில் வீதியின் எல்லையில் நிற்கிறாள். அவள் ஒரு சமயம் அருணைப் பற்றி நினைத்ததுண்டு... 'மலையின் உச்சியை அடைந்தாலும் மலையின் உச்சியை அடைந்துவிட்ட பிரக்ஞை இல்லாமல், வெற்றி அடைய வேண்டுமென்ற வெறியே வாழ்க்கையின் குறிக்கோளாகி விடும்.' அது தப்பாகிப் போய் விட்டது... மலையின் உச்சியை அடைந்துவிட்டால் தனிமை தான் மிஞ்சும்.

அவளுக்கு அருணுடனிருந்த வாழ்க்கை அலுக்கக் காரணம், அவளுக்கென்று ஒரு தனி முகம் இருக்கிறதென்று காட்ட வேண்டுமென்ற வெறி... 'இல்லத்தரசி' என்று பட்டத்தைச் சுமந்துகொண்டு, வாழ்க்கை முழுவதும் வீட்டில் அடைபட்டு இருக்கக்கூடாதென்ற ஆவேசம். குறிக்கோள் நிறைவேறி விட்டது. இன்று அவளைப் பற்றி எல்லாப் பத்திரிகைகளும் விமரிசிக்கின்றன. 'குறுகிய காலத்தில் பிரபலமடைந்துவிட்ட மிகச் சிறந்த ஓவியர் 'கணவனுக்கு' அடங்கிய மனைவியாக வாழ விரும்பாமல், அக்கட்டுப்பெட்டித்தனத்தை உடைத்துக் கொண்டு புறப்பட்ட பிறவிமேதை...', 'தாமோதரன் நிறுவ முயல்கின்ற நவீன சமுதாயத்தின் புதுமைப் பெண்...'

அவளும் அவள் விரும்பிய அளவில் மலையின் உச்சியை அடைந்து விட்டாள். இப்பொழுது தனிமைதான் மிஞ்சுகிறது.

இத்தனிமைதான் வாழ்க்கையின் குறிக்கோளா? அவளுடைய இப்பொழுதைய வாழ்க்கை இப்பொழுது அவளுக்கு திருப்தியைத் தருகின்றதா?

தாமோதரன் நிறுவ முயலும் நவீன சமுதாயம்! மனத்தடை ஏதுமில்லாமல், உணர்ச்சிகளுக்குத் தலையிடாது செய்ய விரும்பு வதைச் செய்து முடிக்கும் கலைக்குடும்பம்... இலக்கியம், ஓவியம், நாடகம் ஆகியவற்றுக்காகத் தங்களை அர்ப்பணித்துக் கொண்ட இளைஞர்கள்...

தாமோதரனை ஒரு பத்திரிகை ஆசிரியர் சாக்ரடீஸ் என வர்ணித்திருக்கிறார். தாமோதரன் ஒரு தீவிர சிந்தனையாளன் தான். சந்தேகமில்லை. அவன் உடற்குறையை மீறி அவனுடைய நம்பிக்கையின் குரல் கம்பீரமாக ஒலிக்கும்போது, அவனால் கவரப்படாதவர்கள் யாரும் இருக்கமுடியாது. அந்தந்தக் காலத்தில் சமூக மதிப்புகளுடைய வரையறையைத் தாண்டிப் புதியதொரு சமுதாயத்தைப் படைக்க வேண்டுமென்ற இச்சிந்தனையாளர்களின் முயற்சி, நடப்பியல் உண்மையி லிருந்து தப்பித்துக்கொள்ள விரும்புகிறவர்களுக்குப் பெருவிருந் தாய் இருப்பதில் ஆச்சரியமில்லை. ஆனால் பலவித கற்பனைப் பரிமாணங்களுடைய ஒருவருக்கு, இத்தகைய சிந்தனையின் ஒரு வழிப் பாதை அலுப்பைத் தருகின்றது என்கிறபோதுதான் வாழ்க்கையில் எதைத்தான் ஆதாரமாகக் கொண்டு வாழமுடியும் என்ற கேள்வி எழுகிறது. பழைமை, புதுமை என்பவையெல் லாம் காலக்கண்ணாடியில் தெரியும் வெறும் தோற்ற மயக்கங்கள். வாழ்க்கைக்கு அர்த்தமே கிடையாது... அர்த்தம் இருப்பதாக மேற்கொள்ளும் பாவனை, நம்பிக்கை வாழ்க்கைக்கு அளிக்கும் சலுகை.

தாமோதரனுடன் அவள் இருக்கத் தொடங்கிய புதிதில் வாழ்க்கை சுவாரஸ்யமாகத்தான் இருந்தது. அவன் குழுவினர் அவளை ஏற்றுக்கொண்டபோது, அவளுக்கு ஏற்பட்ட மகிழ்ச்சி! தொடர்ந்து கலை, இலக்கியம் சம்பந்தமான விவாதங்கள், அது வரையில் அவள் வாழ்க்கையில் இழந்த தருணங்களுக்கு ஈடு செய்வன போலிருந்தன. வெறி பிடித்ததுபோல் அவள் ஒரு நாளைக்குப் பதினெட்டு மணி நேரம் ஓவியம் வரைவதிலேயே செலவழித்தாள். அவளுடைய முதல் கண்காட்சியின்போது, விமரிசகர்கள் அவளைப் பற்றி எழுதிய விரிவுரைகள், பாராட்டு கள், விருந்துகள்... இரண்டு வருஷத்துக்குள் பம்பாயைச் சேர்ந்த ஒருவர் அவளைப் பற்றி ஒரு டாக்குமெண்டரி படமே தயாரித்துவிட்டார்.

காலத்தின் நெடுந்தூரத்திலிருந்து பார்க்கும்போதுதான் வர லாற்றுப் பெரியார்கள், மனிதத் தன்மையோடு சம்பந்தப் படாமல், புகைப் படங்களாக, நிழல் சித்திரங்களாக, தெய்வச் சிலைகளாகக் காட்சி தருகிறார்கள். அவர் காலத்தில் அவர் களுடன் நெருங்கிப் பழகியவர்களுக்குத்தான் இப்பெரியார்களின் மனத்தின் பலங்களும் பலவீனங்களும் புரிந்திருக்கும். புகழ்ந்து

பேசப்படுகின்ற எந்த மனிதனையும் அருகிலிருந்து பார்த்தால் தான் அவனுக்குள் எத்தனை உருவ முரண்பாடுகள் இருக்கின்றன என்று தெரிகிறது.

தாமோதரனைப் பற்றி அவளறிந்த அளவுக்கு மற்றவர்களுக்கு அவனைப் பற்றித் தெரியுமா? அவனைச் சேர்ந்த இக்கலைக் குடும்ப அங்கத்தினர்கள் இருக்கிறார்கள். அவர்கள் கூட்டமாகக் காட்டும் முகம் ஒன்றுபோல் தோன்றினாலும், தனித் தனியாக அவர்களுக்குள் எத்தனை மனப் பரிமாணங்கள், முக வேறுபாடு கள் இருக்கின்றன என்று மற்றவர்களுக்குத் தெரியுமா?

அவளுடைய முதல் கண்காட்சி நன்றாக நடந்தேறியதை ஒட்டி நிகழ்ந்த விருந்துக்குப் பிறகு எல்லோரும் போன பின், தாமோ தரன் அவளருகில் வந்து படுத்தான். அவளுக்கு அவனுடைய இந்தச் செய்கை சிறிது அதிர்ச்சியைத் தந்தது. அவள் கொஞ்ச நேரம் மௌனமாக இருந்தாள். தாமோதரன் அவளைக் கட்டிக் கொண்டான். அவள் அவன் கைகளை விலக்கி விட்டாள்.

'உனக்கு இது பிடிக்கவில்லையா?' என்று கேட்டான் தாமோ தரன்.

அவள் பேசாமலிருந்தாள்.

'பசி தாகம் மாதிரிதான் செக்ஸ். இயற்கையின் தேவை... இதுக்கு ஒரு புனிதத் தன்மை கொடுத்து, அசட்டு உணர்ச்சிகளுக்குப் பலியாகக் கூடாது...'

'எனக்கு அது இப்போ தேவைப்படலே... இன்னொன்னு...'

'சொல்லு...'

'நம்ம ரெண்டு பேருக்குமிடையே இருக்கிற உறவைக் கொச்சைப்படுத்த நான் விரும்பலே...'

'இது எப்படிக் கொச்சைப்படுத்தறதா அர்த்தம்? ரெண்டு பேர் ஒருத்தரையொருத்தர் விரும்பினா, அதை வெளிப்படுத்தறத் துக்கு இதைத் தவிர வேறு என்ன பாஷை இருக்கு? இன்னொரு விஷயம்... இங்கே எல்லோரும் உணர்ச்சிகளுக்குப் பூட்டு போட்டு வைக்கக் கூடாதுங்கிறதுதான் சட்டம்... இன்ஹிபிஷன் இருக்கக் கூடாது?'

'நான் இப்போ உங்களை மறுத்தா நீங்க என்ன நினைப்பீங் களோன்னு ஒரு இன்ஹிபிஷன்லே நீங்க செய்ய விரும்பறதுக்கு நான் உடன்பட்டா அது சரியா?'

தாமோதரன் சிறிது நேரம் பேசாமலிருந்தான். பிறகு எழுந்து சென்று வேறிடத்தில் படுத்துக்கொண்டான்.

இந்தச் சம்பவத்துக்குப் பிறகு அவன் மனநிலையில் ஏற்பட்ட மாறுதல்களை அவள் கவனிக்கத் தவறவில்லை. கூட்டத்தில் அவன் காட்டும் முகம் வேறு, தனிமையில் அவன் காட்டும் முகம் வேறு.

அவன் அவளை அந்த இடத்தை விட்டுப் போகச் சொல்லி யிருக்கலாம். சொல்லவில்லை. அவள் அவனுடன் இருக்கிறாள் என்பதினால் பலர் பலவிதமாகக் கற்பனை செய்து கொள்ளட் டும். அந்தக் கற்பனையே அவனுக்குப் போதுமானது என்று நினைக்கிறானா என்றுகூட அவளுக்குத் தோன்றியது.

அவள் மற்றவர்களுடன் சிரித்துப் பேசுவதை அவன் கடந்த சில நாள்களாக விரும்பவில்லை என்பதை உணரத் தொடங்கிய போதுதான், மனித சுபாவம் ஓர் எல்லைக்குள் அடங்காது என்று அவளுக்குப் புரிய ஆரம்பித்தது.

தாமோதரன் அவளிடம் இதைப்பற்றி வெளிப்படையாகச் சொல்லவில்லை. ஆனால் அவனது சில செய்கைகளிலிருந்து அவளுக்கு இது புலனாகிறது.

'மனித சுபாவத்தை இது இப்படித்தான் என்று வரையறுத்துச் சட்டம் போட்டு, ஃப்ரேம் பண்ணி மாட்டிவிட முடியாது' என்று அருண் சொன்னது என்ன வாஸ்தவமான வார்த்தைகள்? அவனுக் கும் வாழ்க்கை அலுக்கத் தொடங்கியிருக்கிறது. அவளுக்கும் ராதிகாவுக்கும்... ஏன் தாமோதரனுக்குந்தான்... ஆனால் அவன் இதை ஒப்புக்கொள்ளத்தான் மறுப்பான்.

இவற்றில் எந்த அனுபவத்தினால் ஏற்படுகின்ற அலுப்பு. 'உயர்வு' எது 'தாழ்வு' எது என்று எதைக் கொண்டு சொல்ல முடியும்? ஒரு காலத்தில் இந்த 'உயர்வு', 'தாழ்வு' பிரச்னை அவள் மனத்தை அரித்துக் கொண்டிருந்தது என்பதை இப்பொழுது நினைத்துப் பார்க்கும்போது, வேடிக்கையாகத்தான் இருக்கிறது! அவளுடைய கலை ரசனையையும், இலக்கிய ஈடுபாட்டையும்

புரிந்து கொள்ளவில்லை என்று அருண் மீது அவளுக்கு எவ்வளவு கோபம் வந்திருக்கிறது! இது கோபம் கொள்ள வேண்டிய விஷயம்தானா?

சில மாதங்களுக்கு முன் அவள் பஸ்ஸில் வந்து கொண்டிருந்த போது ஏற்பட்ட அனுபவம், அவள் நினைவுக்கு வந்தது. அவள் முன் சீட்டில் இருவர் உட்கார்ந்து கொண்டிருந்தார்கள். ஒருவருக்கு அறுபது வயதிருக்கலாம். இன்னொருவன் இளைஞன்.

'மை காட்... லுக் அட் தட்...' என்று மேற்குத் திசையைக் காட்டினான் இளைஞன் பெரியவருக்கு.

சூரியனைப் பார்க்கும்போது தங்கத் தாம்பாளம் போலிருந்தது. திடீரென்று நெஞ்சை நிறைக்கும் இன்ப அதிர்ச்சி.

பெரியவர் அவ்விளைஞன் சுட்டிக்காட்டிய திசையை நோக்கினார். அவருக்கு ஒன்றும் புரியவில்லை.

'என்ன அங்கே?'

'சூரியனைப் பாருங்கோ...'

சிறிதுநேரம் பார்த்தார். அவர் ஏதோ சொல்லிக் கொண்டிருந்த போது, இடைமறித்து, இதைப் போய்ப் பெரிய அதிசயம்போல் 'பாருங்கள்' என்கிறானே என்ற எரிச்சல் அவர் முகத்தில் வெளிப்படையாகத் தெரிந்தது. 'ஹூம்... நன்றாயிருக்கு. அப்புறம் வந்து 'பென்ஷனைக் கம்யூட்' செஞ்சிடறது நல்லதுதானே? ரெண்டு பெண்கள் கல்யாணத்துக்கு நிற்கிறது. இந்தப் பணம் வந்தா சௌகரியமாயிருக்கும்னு பார்க்கறேன்... நீங்க என்ன சொல்றீங்க?'

இளைஞன் அழுதுவிடுவான் போலிருந்தது. அவனை அப்பொழுது அவளால் புரிந்துகொள்ள முடிந்தது. ஆனால் பெரியவரைக் குற்றம் சொல்ல முடியுமா? இரண்டு பெண்கள் கல்யாணத்துக்கு நிற்கின்றபோது, சூரிய அஸ்தமனக் காட்சியில் அவர் மனம் ஈடுபடவில்லை என்பது அவர் தவறா? - அந்த இளைஞன் அவருடைய வயதில் அவனுக்கும் இதே மாதிரி பிரச்னை இருந்தால், சூரிய அஸ்தமனக் காட்சியில் மனம் லயித்திருப்பான் என்று கூற முடியுமா?

அருண் கூறியதுபோல் ராதிகாவும் மாறித்தான் இருக்கிறாள். சந்தேகமில்லை. எதைப் பற்றியும் கவலைப்படாமல் ஒவ்வொரு நிமிஷத்திலும் புதுப்புது ஆச்சரியத்தைக் காண விரும்பும் ராதிகாவாக அவள் தோன்றவில்லை.

அவள் மனத்தை ஏதோ அரித்துக் கொண்டிருப்பதுபோலப் பட்டது. அருணை அவள் கவர்ட் என்று சொன்னதும், வந்த கோபத்தை அடக்கிக்கொண்டு அவன் பேசாமல் எழுந்து போய்விட்டான். அதற்குப் பிறகு அவள் அவர்களுடன் வெகு நேரமிருந்தாள். அவளுடைய இப்பொழுதைய வேலையைப் பற்றிச் சொன்னாள். அவ்வேலையைப் பற்றிய சிறுசிறு தகவல் களையெல்லாம், அவர்களுக்கு அதைப்பற்றி அக்கறை இருக் கிறதா இல்லையா என்றுகூடக் கவலைப்படாமல், அவள் சொல்லிக் கொண்டு சென்றது, தன்னைத்தானே அவள் வருத்திக் கொள்ளும் பயிற்சியாக அதைச் செய்கின்றாளோ என்றுகூட விம்மிக்குப்பட்டது.

பிறகு திடீரென்று சிரித்துக்கொண்டே, 'நான் உங்களைப் போரடிக்கிறேனா?' என்று கேட்டாள்.

'நோ... நோ... சொல்லுங்கள்' என்றான் தாமோதரன்.

'ஃபர்கெட் இட் விம்மி, நீ உன்னைப் பற்றிச் சொல்...' என்றாள் ராதிகா.

தன்னை அவள் முன்பெல்லாம் ஒருமையில் விளித்ததில்லை என்பது விம்மியின் நினைவுக்கு வந்தது.

'என்ன சொல்ல இருக்கிறது?'

'ஆர் யூ ஹாப்பி?'

'ஆர் யூ?'

ராதிகா வாய் விட்டுச் சிரித்தாள். பிறகு பேச்சின் திசையை மாற்றி 'உன்னுடைய பெயிண்டிங்ஸைப் பார்க்கணும்; எப்போ உங்க வீட்டுக்கு வரலாம் சொல்லு' என்றாள்.

'எப்போ வேணுமானாலும் வரலாம்.'

'நான் முழுக்க ஒரு கரியர் கேர்ல். என்னோட ரஸனையெல்லாம் உனக்கு ஒரு முக்கியமான விஷயமில்லே... இருந்தாலும்...'

விம்மி சிரித்தாள்.

'எதுக்குச் சிரிக்கிறே?'

'உனக்கு இந்த மாதிரியெல்லாம் காம்ப்ளெக்ஸ் இருக்கும்னு நான் எதிர்பார்க்கலே...'

ராதிகா உடனே மௌனமாகி விட்டாள். மனத்தில் ஏற்பட்ட உணர்ச்சியின் செறிவு முகத்தில் தெரிந்தது. சிகரெட் புகையை ஆழமாக உள்ளுக்குள் இழுத்து மெதுவாக வெளியே விட்டாள்.

சிறிது நேரத்துக்குப் பிறகு தாமோதரனைக் கேட்டாள்: 'நான் ஒரு அப் நார்மல் பர்ஸனா உங்களுக்குப் படறதா மிஸ்டர் தாமோதரன்?'

'ஒரு நார்மல் பர்ஸனைக் காட்டு, அவனைக் குணப்படுத்திக் காட்டறேன்னு யூங் சொன்னானாம்... அதான் ஞாபகத்துக்கு வர்றது...' என்றான் தாமோதரன்.

ராதிகா உரக்கச் சிரித்தாள்.

லௌஞ்சிலிருந்தவர்கள் அவளைத் திரும்பிப் பார்த்தார்கள்.

விம்மி படுக்கையில் எழுந்து உட்கார்ந்தாள். மேஜையிலிருந்த கடியாரத்தைப் பார்த்தாள். மணி இரண்டு.

'தூக்கம் வரல்லியா?'

படுத்துக் கொண்டிருந்த தாமோதரன், அவள் உட்கார்ந்திருப்பதை உணர்ந்து ஆனால் கண்களைத் திறக்காமலேயே, இவ்வாறு கேட்டான்.

'எஸ்...'

'அருணைப் பற்றிய நினைவா?'

'நீங்களும் தூங்கலியா?'

'தூங்கினதோடு மட்டுமில்லே. சொப்பனம் வேறே...'

தாமோதரன் கண்களைத் திறந்து அவளைப் பார்த்தான்.

'எனக்கு வர வர நிஜத்துக்கும் சொப்பனத்துக்கும் வித்தியாசமே தெரியலே...'

'மத்தியானம் அருணைப் பார்த்தது நிஜமா சொப்பனமான்னு தெரியலியா?'

அவன் மிகவும் இயல்பான குரலில்தான் இவ்வாறு கேட்டான். ஆனால் லேசாகப் பொறாமை நிழலிடுவதுபோல் அவளுக்குப் பட்டது. இது அவளுக்குச் சிறிது எரிச்சலைத் தந்தது.

'ஆமாம்...'

தாமோதரன் எழுந்து உட்கார்ந்தான். ஒரு சிகரெட்டைப் பற்ற வைத்துக்கொண்டான்.

'அருண் மாறிப் போயிருக்கிறதா உனக்குத் தோணறதா?'

'அவரேதான் சொன்னாரே. மனுஷ சுபாவம் எப்பொழுதும் ஒரே மாதிரி இருக்கணும்னு அவசியமில்லே அப்படின்னு... அவர் ஃபீல் பண்ணிச் சொன்ன மாதிரிதான் எனக்குப்பட்டது...'

'அருண் மாறியிருக்கிறாரா, இல்லாட்டா' என்று சொல்ல ஆரம்பித்தவன் சிறிது நேரம் பேசாமலிருந்தான்.

'இல்லாட்டா?'

'உன்னோட பார்வை மாறியிருக்கலாமல்லவா?'

'அதுவும் சாத்தியம்தான்...'

சிறிது நேரம் மௌனம்.

தாமோதரன் எழுந்து முன் ஹாலுக்குச் சென்றான்.

அவன் திடீரென்று ஏன் எழுந்து போனான் என்று விம்மிக்குப் புரியவில்லை. தான் அவ்வாறு பதில் சொன்னது அவனை மிகவும் பாதித்திருக்க வேண்டும் என்று அவளுக்குப்பட்டது. அவள் சொன்னது உண்மைதான் என்றாலும் அவள் பதில் கூறாமல் மௌனமாக இருந்திருக்கலாமென்று அவளுக்குத் தோன்றிற்று.

அவன் ஹாலின் விளக்கைப் போடவில்லை. என்ன செய் கிறான்?

அவன் திரும்பி வரக்கூடும் என்று சிறிது நேரம் காத்திருந்தாள். அவன் வரவில்லை.

அவள் எழுந்து ஹாலுக்குச் சென்றாள். விளக்கைப் போட்டாள்.

தாமோதரன் ஹாலில் இல்லை.

அவள் விளக்கை அணைத்துவிட்டு வெளியில் சென்றாள். டெர்ரேஸில் அவன் நின்று கொண்டிருந்தான்.

'எதுக்காக இங்க வந்து நின்று கொண்டிருக்கிறீர்கள்?'

'சும்மாத்தான்... நடுராத்திரியிலே, ஊரெல்லாம் தூங்கிண்டிருக்கிறபோது இப்படி நின்னுண்டு ஆகாயத்தைப் பார்க்கிறபோது தான் என் தனிமையை என்னாலே இன்னும் நன்கு புரிஞ்சுக்க முடியறது...'

'தனிமையிலிருந்து தப்பிச்சுக்கத்தான் நாம் என்னென்னமோல்லாம் செய்யறோம். அப்படி இருக்கிறபோது தனிமைதான் எனக்குப் பிடிச்சிருக்குன்னா என்ன அர்த்தம்?'

'நான் அப்படிச் சொல்லலே... எனக்குப் பிடிச்சிருக்கா இல்லையாங்கிற பிரச்னையேயில்லே. என் தனிமையை என்னாலே தவிர்க்க முடியாதுங்கிறதை நான் புரிஞ்சுக்கணும்.'

'நான், என் பார்வை மாறியிருப்பது சாத்தியந்தான்னு சொன்னதிலே கோபமா?'

'எதுக்காகக் கோபம்? அருணை விட்டு வந்தது தப்புன்னு உனக்குத் தோணித்துன்னா நீ மறுபடியும் தாராளமாகத் திரும்பிப் போகலாம்...'

'நான் உங்களை ஒண்ணு கேட்கலாமா?'

'என்ன?'

'திரும்பிப் போக, நான் உங்ககிட்டே அனுமதி கேட்க வேண்டிய நிலையிலே இருக்கேன்னு நீங்க எதுக்காக நினைக்கிறீங்க?'

தாமோதரன் சிறிது நேரம் மௌனமாயிருந்தான். பிறகு சொன்னான்: 'ஐ ஆம் ஸாரி.'

'அருண்கிட்டே திரும்பிப் போகணுமா, வேண்டாமாங்கிற பிரச்னையே இப்போ இல்லே. அருண் சொன்னதைப் பத்தி யோசிச்சுப் பார்த்தேன். ஒரு காலத்திலே 'இதுதான் அர்த்தம்'னு நமக்குப்படறது. இன்னொரு காலத்திலே 'இதுதானா அர்த்தம்'கிற மாதிரி நமக்கு ஆயிடறது. அதனாலே ஏற்படறது

விரக்திதான்... விரக்தியை ஒப்புக்கொள்ள மறுக்கறவங்க இது தான் அர்த்தம்', 'இதுதான் அர்த்தம்'னு ஒரு வெறியோட கண்ணை மூடிண்டு அவங்களுக்கு அதைப்பத்திய நம்பிக்கை போயிட்டாலும் ஒரு பழக்கதோஷத்தினாலே விடப்பிடியா சொல்லிண்டிருக்கிறதையும் நான் பார்க்கிறேன்...'

'என்னைப் பத்திச் சொல்றயா?'

விம்மி பதில் கூறவில்லை.

'அருணோட நீ சண்டை போட்டுண்டு இங்கே வந்தது, பெயிண்டிங்ஸ் ஒரு வெறியோட போட ஆரம்பிச்சது, நடந்த எக்ஸிபிஷன்ஸ்லே கிடைச்ச பாராட்டு, நீ இப்போ யாருன்னு ஓர் அடையாளத்தோட இருக்கிறது... எதுக்குமே அர்த்த மில்லையா? நீ என்கூட இருக்கிறதினாலே என் வாழ்க்கைக்கு ஓர் அர்த்தம் ஏற்பட்டிருக்கும்னு நினைச்சுண்டு வேற ஒண்ணும் வேணாம், நீ கூட இருக்கிறதே போதும்னு நான் சந்தோஷமா இருக்கிறதா பாவனை பண்ணிட்டு இருக்கேனே, இதுக்கும் அர்த்தம் இல்லியா?'

'பாவனைதானே?'

'பாவனைதான்... பின்னே என்னாலே நிஜமாவே சந்தோஷமா இருக்க முடியும்னு நினைக்கிறியா? என் உடம்பு எல்லோருடைய கண்ணுக்கும் தெரியதே தவிர என் உடம்புக்குள்ளே இருக்கிற சிந்தனை, கற்பனையெல்லாம் யாருக்காவது தெரியுமா? ஆரம்பத்திலே நீ மத்தவங்க மாதிரி இல்லே. நீ பார்க்கிற கண்ணு வேறென்னு நினைச்சேன். ஆனா என் உருவத்தை ரொம்ப நெருங்கிப் பார்க்கிறபோது, உன்னுடைய அருவருப்பை உன்னாலே தவிர்க்க முடியல்லே. இதையும் என்னாலே புரிஞ் சுக்க முடியறது...'

'நோ... நான் அன்னிக்கு உங்களை மறுத்ததுக்குக் காரணம் உங்க உருவமில்லே. அன்னிக்கே சொன்னேன். நம்ம உறவைக் கொச்சைப்படுத்த வேணாம்னு. அன்னிக்கும் சரி, இன்னிக்கும் சரி, நீங்க எப்படி இருக்கிறீங்கங்கிறதைப் பத்தி துளிக்கூட எனக்குப் பிரக்ஞை கிடையாது. எனக்கு உங்களைப் பத்தி தெரியறது... உங்க அறிவு, படிப்பு, கலை ரசனை இவைதான்... நீங்களாவே ஏதேதோ நினைச்சுண்டு கஷ்டப்பட்டா அதுக்கு நான் பொறுப்பில்லே...'

தாமோதரன் சிறிது நேரம் அவளை உற்றுப் பார்த்துக்கொண்டே நின்றான். பிறகு ஒன்றும் பேசாமல் உள்ளே போனான்.

தான் கொஞ்சம் அதிகமாகப் பேசிவிட்டோமோ என்று நினைத்தாள் விம்மி.

சுவரருகே சென்று வீதியை நோக்கினாள். நிசப்தமாக இருந்தது. குடித்ததனாலோ என்னவோ ஒருவன் தள்ளாடிக் கொண்டு நடந்து சென்றான்.

மற்றவர்களிடமிருந்து வேறுபட்டவனாகத் தன்னை என்னதான் அவன் காட்டிக்கொள்ள முயன்றாலும் தாமோதரனும் பார்க்கப் போனால், ஆதார உணர்வுகளைப் பொறுத்தவரையில் சாதாரண மனிதன்தான்... புதிய சமுதாயத்தை உருவாக்கப் போவதாக அவன் சொல்லிக் கொள்வதெல்லாம் அவனுடைய தன் முனைப்புக்கு அவனே போட்டுக் கொள்ளும் தீனிதான், சந்தேகமில்லை... 'நம்மிருவருக்குமிடையே உள்ள உறவைக் கொச்சைப்படுத்த விரும்பவில்லை' என்று அவள் சொல்வதை அவன் ஏன் புரிந்துகொள்ள மறுக்கிறான்?

அவள் திரும்பிப் பார்த்தாள். ஹாலில் விளக்கு எரிந்து கொண்டிருந்தது. அவன் என்ன செய்கிறான்?

அவள் அறையை நோக்கிச் சென்றாள்.

தாமோதரன் கையில் தம்ளர் இருந்தது. சோடாவா தண்ணீரோ கலக்காமல், தம்ளரில் முக்கால் அளவு விஸ்கி.

'வாட் ஈஸ் திஸ் தாமோ?'

அவன் தண்ணீர் குடிப்பதுபோல் மடமடவென்று குடித்துத் தீர்த்தான். பக்கத்திலிருந்த பாட்டிலினின்று மறுபடியும் எடுத்து ஊற்றிக் கொண்டான்.

'வாழ்க்கையில் ஏமாற்றமடைகின்றவர்கள் தங்களிடமிருந்து தாங்களே தப்பித்துக்கொள்ள இதை ஒரு மரபாக நினைத்துக் குடிக்கிறார்கள். இது ஒரு சராசரி போக்கு... அவர்களுக்கும் உங்களுக்கும் என்ன வித்தியாசம்?' என்று ஆங்கிலத்தில் கேட்டாள் விம்மி.

அவன் பதில் சொல்லவில்லை. தம்ளரை உறிஞ்சினான்.

'ஆதார உணர்வுகளைப் பொறுத்தவரையில் நீங்கள் ஒரு சாதாரண மனிதன்தான் என்று நிரூபிக்க விரும்புகிறீர்களா?'

'வில் யூ ஷட் அப் அன்ட் கோ டு ஸ்லீப்!' என்று உரக்கக் குரலெழுப்பிக் கத்தினான் தாமோதரன்.

ஆனால் அவன் செய்தது சரியா? விம்மியை அவள் எதேச்சை யாக அங்கு சந்தித்திருக்கலாம். அவளுடன் பேச வேண்டுமென்ற ஆர்வத்தில் தன்னை அங்கு வரவேண்டாமென்று கூறியது கோழைத்தனமல்லாமல் வேறென்ன?

விம்மியோடு அவன் பேச விரும்பியதில் ஆச்சரியமொன்று மில்லை. ஒரு காலத்தில் அவனுக்கு அடங்கிய மனைவியாக, தன்னை அவனுடன் பரிபூரணமாக 'ஐக்கியப்படுத்திக் கொண்டு விட்டதாக' அவன் கற்பனை செய்த ஒருத்தி இன்று பிரபல மடைந்துவிட்ட ஒரு பெண். அவள் முகம் இன்று பலருக்குத் தெரிகிறது. அருணின் மனைவியாக அல்ல. ஒரு சிறந்த ஓவியத் துறை மேதையாக.

விம்மியோடு ஒப்பிடும்போது - அவள் வாழ்க்கை தோல்விதான். அவளுடைய முகம் யாருக்குத் தெரியும்? தொழில் அதிபர் களுக்கு, அரசாங்க உத்தியோகஸ்தர்களுக்கு, ஐந்து நட்சத்திர ஹோட்டல் சிப்பந்திகளுக்கு, நாலைந்து விஸ்கிகளுக்குப் பிறகு, 'இவள் தனக்குக் கிடைக்கமாட்டாளா?' என ஏங்கும் கிழப்பரு வம் எய்திவிட்ட சமூகப் பெரும் புள்ளிகளுக்கு... தொழில் துறையில் அவளுடைய திறமையும், சுதந்தர உணர்வும் அவளை எங்கு கொண்டு போய் நிறுத்தியிருக்கின்றன?

ஓடிப்போன கணவன், குற்ற உணர்வுடன் கஷ்டப்படும் இன் னொருவனுடன் கூடிய வாழ்க்கை, அம்மா என்ற பாச உணர்வு சிறிதும் இல்லாத மகன், தினந்தோறும் விஸ்கி...

இதுதான் வாழ்க்கையா?

பின் எதுதான் வாழ்க்கை?

விம்மி சந்தோஷமாக இருக்கிறாளா? தாமோதரன் எதிரில் அவளால் இந்தக் கேள்வியைக் கேட்க முடியவில்லை.

அத்தியாயம் - 14

இன்டர்நேஷனல் சென்டரில் விம்மியைப் பார்த்துவிட்டுத் திரும்பிய ராதிகா, ஆபீஸ் செல்லும் மன நிலையில் இல்லை. நேரே வீட்டுக்குச் சென்றாள்.

சீக்கிரம் திரும்பிய அவளை பூர்ணிமா சிறிது ஆச்சரியத்தோடு பார்த்தாள். பூர்ணிமா அவளைப் பரிபூரண சம்மதத்துடன் ஏற்றுக் கொள்ளவில்லை என்பது அவ ளுக்குத் தெரிந்த விஷயம்தான். இயந்திர கதியில் அவளுடைய தேவைகளையோ கட்டளை களையோ அல்லது வேண்டுகோள் களையோ அவள் நிறைவேற்று வதைப் பார்த்தால் ராதிகாவுக்கு அப்படித்தான் தோன்றியது. விம்மிக்கும் இவளுக்குமிடையே

நெருக்கமான உறவு இருந்திருக்கவேண்டும். விம்மி வீட்டை விட்டுச் சென்றதையும், அவளிடத்தில் தான் வந்திருப்பதையும் பூர்ணிமாவால் ஜீரணிக்க முடியவில்லையோ என்ற சந்தேகம் ராதிகாவுக்கு இருந்து கொண்டே இருந்தது. ராதிகா தன் அறைக்குச் சென்று படுத்துக் கொண்டாள்.

பூர்ணிமா அறை வாசலில் வந்து நின்றாள்.

அவள் எதற்காக வந்து நிற்கிறாள் என்று ராதிகாவுக்குத் தெரியும். அவள் தன் வாயினால் 'உங்களுக்கு என்ன வேண்டும்?' என்று கேட்க மாட்டாள். ஏதாவது தேவையாயிருந்தால் ராதிகாதான் சொல்லவேண்டும்.

'ஒன்றும் வேண்டாம் பூர்ணிமா...'

பூர்ணிமா போய்விட்டாள்.

இன்று மத்தியானம் அருணிடம் விம்மியும் தாமோதரனும் இருந்தபோது, அவள் அப்படிப் பேசியிருக்க வேண்டாமென்று ராதிகாவுக்குத் தோன்றிற்று. கோபத்தை அடக்கிக்கொண்டு அருண் உடனே எழுந்து சென்று விட்டான்.

இன்று மத்தியானம் அவள் பேசிக் கொண்டிருந்தபோது, அவள் எதேச்சையாகத் தாமோதரனும் விம்மியும் ஒருவரையொருவர் பார்த்துக்கொண்டதைக் கவனித்தாள். அப்பார்வைகளின் சந்திப்பில், நிலைகொள்ளாமல் தவிக்கும் ஒரு சங்கட உணர்வு தெரிந்தது. இருவரும் ஒருவரையொருவர் அந்நியரைப்போல் பார்த்துக் கொள்கின்றனரோ என்று அவளுக்குத் தோன்றிற்று. இது அவளுடைய பிரமையாகவும் இருக்கலாம்.

பூர்ணிமா மறுபடியும் வந்து நின்றாள்.

'என்ன பூர்ணிமா?'

'ஃபோன்.'

சிந்தனையில் ஆழ்ந்திருந்த அவளுக்கு ஃபோன் ஒலித்ததுகூடக் காதில் விழவில்லை.

அவள் எழுந்து சென்றாள்.

'மிஸஸ் ராதிகா...'

‘எஸ்...’

பேசியவர் தம்மை ராகுல் படிக்கும் கல்லூரியின் தலைவர் என்று அறிமுகப்படுத்திக் கொண்டார். ராதிகா அவரை வந்து உடனே சந்திக்க முடியுமா?

‘ஏன் என்ன ஆயிற்று? ராகுலுக்கு?’

‘ராகுலுக்கு ஒன்றுமில்லை... உங்களுடன் நான் ராகுலைப் பற்றிப் பேச வேண்டும். அவ்வளவுதான்... வருகிறீர்களா?’

‘சரி...’

ராதிகா காரில் போகும்போது யோசித்தாள். எதைப்பற்றி இருக்கும்? ராகுலின் படிப்பைப் பற்றி நிச்சயமாக இருக்க முடியாது. அவன்தான் வகுப்பில் முதல் மாணவன். அடிக்கடி ஆசிரியர்களுடன் சர்ச்சை செய்கிறான் என்பதும் அவள் கேள்விப்பட்ட விஷயம்தான்.

அவளுக்கு ஒரு சமயம் டைபாய்டு வந்து நர்ஸிங் ஹோமில் பதினைந்து நாள்கள் இருந்தாள். ராகுலுக்குச் செய்தி அனுப்பியும் அவன் வந்து பார்க்கவேயில்லை.

உடம்பு தேறி அவள் அவனைப் பார்க்கச் சென்றபோது, அவள் கேட்டாள்; ‘என்னை ஆஸ்பத்திரியில் வந்து பார்க்கணும்னுகூட உனக்குத் தோணலியா?’

‘மை மதர் ஈஸ் டெட்... வாஸ் இட் டுடே ஆர் எஸ்டர்டே?’

‘என்ன இது?’

‘காமு எழுதின நாவல்லே இப்படித்தான் ஒருத்தன் கேக்கறான்... ஜாய்ஸ் என்ன சொல்றான் தெரியுமா, மை மதர் ஈஸ் பீஸட்லி டெட்... ஷோபன்ஹவர்...’

‘ஷட் அப்’

‘தேங்க் யூ மேடம்... ஹாஸ்டலுக்குக் கட்டணும். பணம் கொண்டு வந்திருக்கியா?’

இதற்குப் பிறகு இரண்டு மாதங்கள் அவள் அவனைப் பார்க்கச் செல்லவேயில்லை. செக் மட்டும் அனுப்பிக் கொண்டிருந்தாள்.

அவள் பார்க்க வரவில்லை என்பதைப்பற்றி அவன் கவலைப் பட்டதாகவும் தெரியவில்லை.

அவளிடம் அவனுக்குக் கொஞ்சம்கூடப் பாசம் இல்லாதது போல் அவன் காட்டிக் கொண்டாலும் பாசத்தினால் ஏற்பட்ட கோபத்தின் காரணமாகத்தான் அவன் இப்படி நடந்து கொள் கிறானா? ஹாம்லெட்டுக்கு அவன் தாயின் மீதிருந்த பாசத்தின் காரணமாகத்தான் அவள் அவன் மதிப்பில் தாழ்ந்த போது அவன் அவளை வெறுக்கத் தொடங்கினான் என்று அவள் கேள்விப் பட்டிருக்கிறாள். பாசம், பந்தம், விருப்பு, வெறுப்பு போன்றவை பைத்தியக்கார உணர்வுகள் என்று ராகுல் அடிக்கடி கூறினாலும் அவன் அவளை வெறுக்கிறான் என்பதில் சந்தேகமில்லை. இல்லாவிட்டால் அவன் 'காமு, ஜாய்ஸ், ஷோஃபன்ஹவர்' என்று சொல்ல வேண்டிய காரணம் என்ன?

ராதிகா கல்லூரி வாசலில் காரை நிறுத்திவிட்டு உள்ளே சென் றாள். கல்லூரித் தலைவர் அவளை எதிர்பார்த்துக் கொண்டிருந் தார் என்று தெரிந்தது.

அவளைப் பார்த்ததும் முகத்தில் எந்தவித உணர்ச்சியுமின்றி, 'உட்காருங்கள்' என்றார்.

சிறிது நேரம் மௌனம். பிறகு சொன்னார்: 'ராகுல் மிகவும் கெட்டிக்காரப் மாணவன். சந்தேகமில்லை. இந்த ஆண்டு பல்கலைக் கழகத் தேர்வில் முதலாவதாக வருவான் என்று நான் எதிர்பார்க்கிறேன். ஆனால் அவன் மிகவும் கொடிய பழக்கத் துக்கு அடிமையாகியிருக்கிறான்.'

'என்ன?'

'மாத்திரை... நேற்றிரவு அவன் அறைக்குத் திடீரெனச் சென்று அங்கிருந்த மாத்திரைகளையெல்லாம் பறிமுதல் செய்தேன். இதன் காரணமாக அவன் ஹாஸ்டல் அறையின் கண்ணாடிகளையெல் லாம் உடைத்து, பெரிய கலாட்டா செய்திருக்கிறான். அவன்மீது ஒழுங்கு நடவடிக்கை எடுக்க வேண்டுமென்று ஆசிரியர்கள் கூறுகிறார்கள். அதற்கு முன் உங்களிடம் இதைப்பற்றிப் பேச வேண்டும் என்பதற்காகத்தான் உங்களை அழைத்தேன்.'

ராதிகா பேசாமல் சிறிதுநேரம் உட்கார்ந்திருந்தாள். வன் முறைக்குச் செல்லும் அளவுக்கு அவன் இந்தப் பழக்கத்துக்கு

அடிமையாகியிருக்கிறான் என்றால்? - இதற்கு மருத்துவச் சிகிச்சையைத் தவிர வேறென்ன பரிகாரம்? மருத்துவச் சிகிச்சைக்கு அவன் உடன்படுவான் என்பது என்ன நிச்சயம்?

'கெட்டிக்காரப் பையன் இப்படிக் கெட்டுப் போவதை நான் விரும்பவில்லை. நான் உங்களை ஒன்று கேட்கலாமா?'

'என்ன?'

'நீங்கள் உள்ளூரில் இருக்கும்போதே அவன் எதற்காக ஹாஸ்டலி லிருந்து படிக்கவேண்டும்? உங்கள் நேரடிக் கண்காணிப்பிலேயே அவன் இருப்பது நல்லது என்று உங்களுக்குத் தோன்ற வில்லையா?'

'என்னுடன் இருப்பதை அவன் விரும்பவில்லை. இதற்கு என்ன காரணம் என்று பதில் சொல்லும்படி என்னை வற்புறுத்தாதீர் கள்.'

கல்லூரி முதல்வர் அவளைச் சிறிதுநேரம் உற்றுப் பார்த்தார், பிறகு கேட்டார்: 'அவனை இனி ஹாஸ்டலில் வைத்துக் கொள்ள முடியாது. இந்தப் பிரச்னையை எப்படித்தான் தீர்ப்பது?'

'அவன் இப்பொழுது எங்கு இருக்கிறான்?'

'இருங்கள், கூப்பிடுகிறேன்.'

அவர் மணியை அழுத்தினார். சப்ராஸி உள்ளே வந்தான். அவர் ஒரு துண்டுக் காகிதத்தில் எழுதி, 'இந்தப் பையன் அலுவலக அறையில் இருக்கிறான். அழைத்துக் கொண்டு வா' என்றார் சப்ராஸி சென்றான்.

'வீட்டில் இருந்தபோதே அவனுக்கு இந்தப் பழக்கம் ஏற்பட்டு விட்டதா?' என்று கேட்டார் முதல்வர்.

'அவன் பல வருஷங்களாக ஹாஸ்டலில்தானிருக்கிறான்.'

'பள்ளிக்கூட நாள்களிலிருந்தா?'

'ஆமாம்.'

'ஏன்?'

'பதில் சொல்லும்படி வற்புறுத்தாதீர்கள்.'

கல்லூரி முதல்வர் புன்னகை செய்தார்.

'எதற்குச் சிரிக்கிறீர்கள்?'

'மன்னிக்கவும்... உங்களுக்கும் இந்தப் பழக்கம் உண்டா?'

'இந்தப் பழக்கம் இல்லை.'

'அப்படியென்றால்?'

'ராகுலின் அப்பா எங்களை விட்டுப் பல வருஷங்களுக்கு முன்பே போய்விட்டார். துபாயில் இருப்பதாகக் கேள்விப்பட்டேன். நான் அதைப்பற்றிக் கவலைப்படவில்லை. ராகுலுக்கும் அவன் தந்தையின்மீது மதிப்புக் கிடையாது... நான் இப்போது நண்பருடன் வசித்துக் கொண்டிருக்கிறேன். ராகுலுக்கு அவரைக் கண்டாலும் பிடிக்காது. பதில் சொல்ல வேண்டாம் என்றுதான் பார்த்தேன்... நீங்கள் மிகவும் வற்புறுத்துகிறீர்கள்.'

முதல்வர் கொஞ்ச நேர மௌனத்துக்குப் பின் சொன்னார்: 'ராகுலின் பிரச்னை எனக்கு இப்பொழுது ஓரளவு புரிகிறது...'

அப்பொழுது ராகுல் உள்ளே வந்தான். அம்மாவைப் பார்த்ததும் சிறிது திடுக்கிட்டு நின்றான்.

'உள்ளே வா' என்றார் முதல்வர்.

அவன் வந்து ராதிகாவின் அருகில் நின்றான்.

'உட்கார்...'

அவன் தயங்கியபடியே உட்கார்ந்தான்.

'உனக்கு என்னுடன் இருப்பதில் ஆட்சேபணை இல்லையே!' என்று கேட்டார் முதல்வர்.

ராதிகா சிறிது ஆச்சரியத்துடன் அவரைப் பார்த்தாள்.

'எங்கே?' என்று கேட்டான் ராகுல்.

'என் வீட்டில்... நீ இனி ஹாஸ்டலில் இருக்க முடியாது.'

'அவன் எதற்காக உங்கள் வீட்டில் இருக்க வேண்டும்?' என்று கேட்டாள் ராதிகா.

‘இதைப்பற்றி நான் முடிவு செய்ய வேண்டும் மேடம்...’ என்றான் ராகுல்.

ராதிகா அவனைக் கோபத்துடன் பார்த்தாள்.

‘என் மகனை என்னிடமிருந்து திருடிக்கொள்ளப் பார்க்கிறீர் கள்...’ என்றாள் முதல்வரிடம் சிறிது உணர்ச்சிவசப்பட்டு.

‘ஆற்றல் மிகுந்த ஒரு புத்திசாலிப் பையன் சமூகத்துக்குச் சொந்த மானவன். ஒரு பூச்செடியைப் வளர்ப்பதுபோல் அவனை மிகவும் கவனமாகப் போற்றிப் பாதுகாக்க வேண்டும். ராகுலைப் பற்றி மற்றைய ஆசிரியர்கள் என்ன சொன்னாலும் அவனிடம் எனக்கு நம்பிக்கை இருக்கிறது. அவனுடைய பிரச்னையைப் புரிந்து கொண்ட அளவில், அவன் இனி என் பொறுப்பில் இருப்பதுதான் நல்லது. சமூகத்துக்கும் நல்லது என்று எனக்குத் தோன்றுகிறது.’

‘அவனுக்கு ஒரு பிரச்னையும் இல்லை. நீங்கள்தான் பிரச்னையை உருவாக்கப் பார்க்கிறீர்கள்...’ என்றாள் ராதிகா.

‘பொருளாதாரப் பாதுகாப்புக்காக இந்தப் பெண்மணியை நான் எதிர்பார்த்திருக்க வேண்டிய அவசியமில்லை என்றா சொல் கிறீர்கள்?’ என்று கேட்டான் ராகுல்.

‘பொருளாதாரப் பாதுகாப்பைத் தவிர எனக்கும் உனக்கும் வேறு எந்தவிதத் தொடர்பும் கிடையாதா?’ என்று சற்று கோபத்துடன் வினவினாள் ராதிகா.

‘இல்லை.’

ராதிகாவுக்குஅளவுகடந்த சினம் ஏற்பட்டது. அவளுக்கு என்ன சொல்வது என்றே தெரியவில்லை. யார்மீது கோபப்படுவ தென்று புரியாத நிலையில் அவளுக்குப் பெருமூச்சு வாங்கியது. அவளுடைய வாழ்க்கை வெற்றியா, தோல்வியா என்று சற்று நேரத்துக்கு முன்புதான் அவள் யோசித்துக் கொண்டிருந்தாள்.

தொழில் துறையில் அவளுடைய திறமையும் சுதந்தர உணர்வும் அவளை எங்கு கொண்டுபோய் நிறுத்தியிருக்கின்றன!

தாய்ப் பாசம் இல்லாவிட்டாலும் பரவாயில்லை, ‘உனக்கும் எனக்கும் எந்தவிதத் தொடர்பும் கிடையாது’ என்று இன்னொரு வர் எதிரில் அவளை நிராகரித்துவிட்ட மகன்! ‘பாசம், பந்தம்,

விருப்பு, வெறுப்பு போன்றவை பைத்தியக்கார உணர்வுகள், என்று இதுவரை சொல்லி வந்தவன், யாரேனும் தன் மீது அன்பு செலுத்த வேண்டும் என்பதற்காகவா ஏங்கிக் காத்துக் கொண் டிருக்கிறான்?

அவளுக்கு அவனிடம் பாசம் இல்லை என்று அவன் முடிவுக்கு வர என்ன காரணம்? அவள் அவளுடைய வாழ்க்கையை அவள் விருப்பப்படி நடந்த முயன்றது. அதாவது தன்னுடைய சுதந்தர உணர்வை நிலைநாட்டிக் கொள்வதில் காட்டிய தீவிரம், அவளை வெறும் சுயநலவாதியாக அடையாளம் காட்டியிருக்கிறதோ? பார்க்கப் போனால், ராகுலிடம் அவளுக்கு இவ்வளவு பாசம் இருக்கின்றது என்பது அவன் அவளை இப்படி உதாசீனம் செய்யும் இந்தத் தருணத்தில்தானே புரியத் தொடங்கி யிருக்கிறது.

இனி இதைப்பற்றி விவாதித்துக் கொண்டிருப்பதில் எந்தப் பயனும் இல்லை. ராகுல் அவளை விட்டு நெடுந்தூரம் சென்று விட்டான்.

ராதிகா எழுந்தாள்.

'சரி... நான் வருகிறேன். ராகுல், நீ உன் விருப்பப்படி எங்கு வேண்டுமானாலும் இருக்கலாம். ஆனால் மாத்திரைப் பழக்கத்துக்கு மட்டும் அடிமையாகிவிடாதே.'

'நீ எனக்கு அறிவுரை வழங்குவது வேடிக்கையாக இருக்கிறது... நீ பலஹீனமடைந்து வருகிறாய் என்றுதான் அர்த்தம்' என்றான் ராகுல்.

'ஆமாம். நான் உனக்கு அறிவுரை வழங்கும் நிலையில் இல்லை. உன் தந்தை ஓடிப்போனதற்கும் நான்தான் காரணம். நீ இன்று மாத்திரையில் சொர்க்கத்தைக் காண்பதற்கும் நான்தான் காரணம். நான் நடத்தை கெட்டவள், குடிகாரி, என்ன வேண்டுமானாலும் நினைத்துக் கொள்... ஆனால்...' அவள் சொல்லி முடிப்பதற்குள் கல்லூரி முதல்வர் குறுக்கிட்டார்.

'ப்ளீஸ்... நான் குறுக்கிடுவதை மன்னியுங்கள்... வாழ்க்கையில் சில அடிப்படையான நியதிகள் இருக்கின்றன. அவை எந்தக் காலத்துக்கும் பொருந்திய உண்மைகள். தொன்றுதொட்டு இருந்து வருகின்றன என்ற காரணத்தால் அவற்றைப் பின்பற்று வது பத்தாம்பசலிப் போக்காக ஆகிவிடாது. எப்பொழுது நாம்

குடும்பம், சமூகம் என்ற கருத்துகளை ஏற்றுக் கொள்கிறோமோ அப்பொழுதே நம் சுதந்தர உணர்வுக்கும் வரையறை ஏற்பட்டு விடுகிறது. சிந்தனை செல்லும் வழியெல்லாம் வாழ முயல்வது, நம் உடம்பின் ரத்தம் உஷ்ணமாயிருக்கும் வரையில்தான். ஒவ்வொரு காலகட்டத்திலும், நம் வாழ்க்கையின் நோக்கங் களை மறுபரிசீலனை செய்ய வேண்டியிருக்கிறது என்பதுதான் காலம் நமக்குச் செய்யும் கொடுமை. குடும்ப வாழ்க்கையின் அடிப்படை நியதிகளை ஏற்றுக்கொண்டு, சமூக வேலிக்குள் வாழ்கின்றவர்களுடைய கற்பனையற்ற சாராசரித்தனம் - ஒரு காலகட்டத்தில் ஒரு மனநிலையில் நமக்கு எரிச்சலைத் தருவதில் ஆச்சரியமில்லை... ஆனால் இதுதான் சௌகரியமான வாழ்க்கை என்று புரிந்து கொள்வதுதான் விவேகம். நான் உங்களுக்கு அறிவுரை கூறுவதாகத் தயவுசெய்து நினைத்துக் கொள்ளாதீர்கள். என் மனத்தில் பட்டதைச் சொன்னேன். அவ்வளவுதான்.'

'நன்றி' என்று சொல்லிவிட்டு அவ்வறையை விட்டு வெளியேறி னாள் ராதிகா.

'இதுதான் சௌகரியமான வாழ்க்கை என்ற புரிந்து கொள்வது தான் விவேகம்! எவ்வளவு வாஸ்தவமானது! சராசரியாக இருப்பதுதான் மிகவும் கஷ்டமானது. இயல்பாகவே அப்படி இருப்பவர்கள் கொடுத்து வைத்தவர்கள், வாழ்க்கையில் எத்தனையோ பரிசோதனைகள் செய்த பிறகு இப்படிச் சராசரியாக இருந்துவிடுவதுதான் விவேகமானது என்று புரிகின்றது...'

அவள் வீட்டுக்குச் சென்றபோது அருண் ஹாலில் உட்கார்ந்திருந் தான். அவன் சிகரெட் குடித்தவாறு ஏதோ யோசனையில் ஆழ்ந் திருந்தான். அவளைக் கண்டதும், ஒரு கணம் ஏற இறங்கப் பார்த்துவிட்டு, மறுபடியும் சிந்தனையில் ஆழந்துவிட்டான்.

ராதிகா அவன் எதிரில் உட்கார்ந்தாள். அவளும் ஒரு சிக ரெட்டைப் பற்றவைத்துக் கொண்டாள்.

'மத்தியானம் நான் அப்படிப் பேசியிருக்கக் கூடாது... ஐ ஆம் ஸாரி...'

அருண் பேசாமலிருந்தான்.

'நான் ராகுலைப் பார்த்துவிட்டு வரேன்... இனிமே அவனுக்கு என் உதவி தேவையில்லே...'

அருண் கண்களைச் சற்று இடுக்கிக்கொண்டு புருவங்களை உயர்த்தினான்.

ராதிகா எழுந்து சென்று விஸ்கி பாட்டிலையும் தம்ளர்களையும் எடுத்துக் கொண்டு வந்தாள்.

'யு வான்ட் எ ட்ரிங்க்?' என்று கேட்டாள் ராதிகா.

'உன் பிரச்னை என்ன?' என்றான் அருண்.

'நான்தான்...'

'வெல் ஸெட். ஒவ்வொருவருக்கும் இதேதான் பிரச்னை. எனக்கு அருணாக இருக்கப் பிடிக்கவில்லை. உனக்கு ராதிகாவா இருக்கப் பிடிக்கல்லே... ராகுலுக்கு ராகுலா இருக்கப் பிடிக்கல்லே... தப்பிச்சுக்கிறதுக்காக என்னென்னமோவெல்லாம் செய்யறோம். எல்லோரும் ஒரே பொறியிலே அகப்பட்டுக் கொண்ட எலிகள்... இது யாருடைய குரூரமான ஹாஸ்யம், எனக்குப் புரியலே... லெட் மீ ஹாவ் எ டரிங்(க்).'

ராதிகா சோடாவை எடுத்துக்கொண்டு வந்தாள். சோடாவில் கலந்து விஸ்கியை அவனிடம் நீட்டினாள். தன்னுடைய விஸ்கியை ஒரே மடக்கில் குடித்தாள். மறுபடியும் ஊற்றிக் கொண்டாள்.

அருண் அவளை உற்றுப் பார்த்தான்.

சிறிது நேரம் கழித்துக் கேட்டான்: 'ராகுலுக்கு உன் உதவி தேவையில்லேன்னா என்ன அர்த்தம்?'

'அதான் அர்த்தம்... இது வரையிலும் தனக்கு அப்பா இல்லேன்னு சொல்லிண்டிருந்தவன் இப்போ தனக்கு அம்மாவும் கிடையாதுங்கறான். என் பணம் அவனுக்குத் தேவையில்லையாம்...'

'படிப்பு?'

'அவன் ஒரு ட்ரக் அடிக்ட்டா ஆயிட்டான். இதப்பத்திப் பேச அவனோட பிரின்ஸ்பால் என்னைக் கூப்பிட்டனுப்பினார். என்னோட பேசினப்புறம்தான் அவருக்குப் புரிஞ்சதாம். இந்த மாதிரி இருக்கிற அம்மாவுக்குப் பிறந்த பிள்ளை வேற எப்படி இருக்க முடியும்னு. உடனே ராகுலை அவன்கிட்டேயிருந்தும் என்கிட்டேயிருந்தும் காப்பாத்தணும்னு ஒரு தீவிரம் அவருக்கு

வந்துடுத்து. தன்னோட இருக்கியான்னு அவனைக் கேட்டார். அவனுக்கும் இதைப் பத்தி ஆட்சேபணை இருந்ததா தெரியலே... ஸோ ஹியர் ஐ ஆம் எ ஃப்ரீ பேர்ட், ஸெலிப்ரேடிங் மை ஃப்ரீடம்...'

அவள் இரண்டாவது தம்ளரையும் காலி செய்தாள்.

இவள் தன் சுதந்தரத்தைக் கொண்டாடுகிறாளா? அல்லது அதைக் கண்டு பயப்படுகிறாளா? ராகுலின் பிரிவு நிச்சயமாக அவளைப் பாதித்திருக்கிறது. இதுவரை அவள் ராகுலைப் பற்றி அவனிடம் பேசியது கிடையாது.

'நான் வேணும்னா நாளைக்குப் போய் ராகுலைப் பார்க்கட்டுமா? அவனோட பேசி...'

'எதுக்காக? மறுபடியும் அவன் மாத்திரை சாப்பிட ஆரம்பிக்கணுமா? பிரின்ஸ்பாலோட அவன் சந்தோஷமா இருந்தா சரி...'

'அவன் மாத்திரை சாப்பிட நீயா காரணம்?'

'எஸ்... நான்தான்... ஹி ஹாட் நோ ஹோம்... இதுக்கு யார் காரணம்?'

'ஒரு வகையில் நானும் காரணம்... நீ ஒருவேளை தனியாக இருந்திருந்தால்...'

'ஒண்ணும் புரியல்லே. ஒவ்வொண்ணும் ஏன் நடக்கிறதுன்னு என்ன காரணம் சொல்ல முடியும்? விம்மி ஏன் உங்களை விட்டுப் போனா? ரமேஷ் என்னை விட்டு ஏன் போனான்? தாமோதரன் ஏன் இப்படிப் பொறந்திருக்கிறான்? தாமோதரனையும் விம்மியையும் சேர்த்து வச்சது எது? நம்மை ரெண்டு பேரையும் இந்தச் சமயத்திலே இந்த இடத்திலே குடிக்க வச்சிருக்கிறது எது? - இது எல்லாத்தையும் நம்மாலே தவிர்க்க முடியுமா? விதியோ, மண்ணாங்கட்டியோ, ஆர் வி நாட் டோட்டலி ஹெல்ப்லெஸ்?' என்று உணர்ச்சிவசப்பட்ட நிலையில் பேசிக்கொண்டே அவள் மூன்றாம் தடவையாகத் தன் தம்ளரை நிரப்பிக்கொண்டாள்.

அத்தியாயம் - 15

விம்மி கண் விழித்தபோது அறை வெளிச்சமாக இருந்தது. அவள் தூங்கும்போது இரவு மணி மூன்று இருக்கும்.

நேற்றிரவு நடந்த சம்பவங்கள் அவள் நினைவுக்கு வந்தன. தாமோ தரன் உரக்கக் குரலெழுப்பிக் கத்திய பிறகு அவள் படுக்க வந்துவிட் டாள். உறக்கம் வரவில்லை.

தாமோதரன் மற்ற ஆண்களைப் போல் தானும் மிகவும் சாதாரண மனிதன்தான் என்று காட்டிக் கொண்டு விட்டான். 'என் உரு வத்தை ரொம்ப நெருங்கிப் பார்க் கிறபோது உன்னுடைய அரு வருப்பை உன்னாலே தவிர்க்க முடியல்லே' என்று அவன் நேற்று

கூறியபோது, அவன் எத்தகைய தாழ்வு மனப்பான்மையினால் கஷ்டப்படுகிறான் என்று அவளால் உணர்ந்துகொள்ள முடிந்தது. அவள் அவன் விருப்பத்துக்கு இசைய மறுத்ததற்கு இதுவா காரணம்? இதை ஏன் அவன் புரிந்துகொள்ளவில்லை? புரிந்து கொள்ளவில்லையா? அல்லது அவன் புரிந்துகொள்ளத் தயாராக இல்லையா?

நேற்றிரவு அவனைப் பார்க்கும்போது பரிதாபமாக இருந்தது. செக்ஸ் அனுபவமே அவனுக்கு இதுவரை ஏற்பட்டிருக்காது என்றுதான் தோன்றுகிறது. ரீனா, கவிதா போன்றவர்களிடம் அவன் தன்னைப் பற்றி ஒரு வகையான 'இமேஜ்' உருவாக்கி யிருந்தான். அவர்கள் அவனைத் தெய்வ ஸ்தானத்தில் வைத்து வழிபடுகிறார்கள். ரத்த ஓட்டமும் சதையும் உள்ள ஒரு சாதாரண மனிதன் என்று அவன் தன்னை அவர்களிடம் காட்டிக்கொள்ள விரும்பவில்லை. மனத்தடை ஏதுமின்றி இருக்கவேண்டும் என்று மற்றவர்களுக்கு உபதேசம் செய்யும் அவன் தன்னுடைய மனத்தடைகளைத் தனக்கு மட்டும் தெரிந்த ஓர் அந்தரங்கமாக வைத்துக்கொண்டு அவதிப்படுவது துர்பாக்கியம்தான். 'பசி, தாகம் மாதிரி செக்ஸ், வெறும் உடல் தேவைதான்' என்று ஓர் இமேஜை உருவாக்கிக்கொண்டு கஷ்டப்படுவது வேதனைக் குரியது.

ரீனாவோ, அல்லது கவிதாவோ - அவன் அவர்களிடம் தன் விருப்பத்தைத் தெரிவித்தால் அவர்கள் அதிர்ச்சி அடைவார்கள் என்பது ஒரு புறமிருந்தாலும், இசைவார்கள் என்பது என்ன நிச்சயம்? அவ்வாறு கேட்டு அவர்கள் மறுத்துவிட்டால் இது தன் உருவத்தைப் பற்றிய தீர்ப்பாகிவிடுமே என்று அவன் பயப்படுகிறான்.

அவன் உருவத்தைப் பற்றி அவளுக்கு அருவருப்பில்லை என்று அவனுக்கு எப்படி நிரூபித்துக் காட்டுவது? செக்ஸ் அனுபவமே இல்லாமல் இறந்துபோக இருந்த ஓர் இளைஞனுக்கு அவ்வனு பவத்தை உணர்த்துவதற்காகத் தன்னையே அதற்கு அர்ப் பணித்துக் கொண்ட பெட்ராண்ட் ரஸ்ஸலின் அம்மாவின் நினைவு அவளுக்கு வந்தது. அவளால் இதைச் செய்ய முடியுமா?

அவளால் இதை நினைத்துப் பார்க்க முடியவில்லை. ஊதுவத்தி யின் மென்மையான நறுமணம்தான் நினைவுக்கு வருகின்றது. அவள் தன் கற்பனையின் விஸ்தரிப்பாகத் தாமோதரனுடன்

கொண்டுள்ள உறவைக் காணும்போது, அவனை இன்டர் நேஷனல் சென்டரில் சந்தித்தது, அவனுடன் பேசியதன் காரண மாக அவளுக்குள்ளிருந்த ஆற்றல் சிலிர்த்தெழுந்தது, அவனை ஓவியக் கண்காட்சியில் பார்த்தது, அவனுடன் இந்த வீட்டுக்கு வந்தபோது இருவரும் நிகழ்த்திய உரையாடல்கள் - எல்லாம் நளினமான அனுபவங்கள்! இவற்றை அசிங்கப்படுத்த வேண்டி யது அவசியம்தானா? செக்ஸ் ஓர் அசிங்கமான விஷயமா? - ஒரு முடிவை நோக்கிச் செய்யப்படுகின்ற காரியம் எதுவாக இருந்தாலும் அவளைப் பொறுத்தவரையில் அது அசிங்கமாகத் தான் படுகிறது.

தாமோதரன் அவளிடத்தில் வேண்டுவது செக்ஸாக இருந்தால் நன்றிக் கடனுக்காக அவன் விருப்பத்தை நிறைவேற்றிவிட்டு, அவனை விட்டு நீங்கிவிட வேண்டியதுதான்... அவள் மனத்தில் உருவகித்துக் கொண்டிருக்கும் தாமோதரன் வேறு... இவன் வேறு...

எல்லா ஆண்களும் அடிப்படையாகப் பார்க்கப் போனால் ஒருவருக்கொருவர் வித்தியாசமில்லாமல்தான் இருக்கிறார்கள். பெண் விடுதலையைப் பற்றி அன்று வாய் கிழிய இவன் பேசியதெல்லாம் இதற்குத்தானா? பெண் விடுதலை என்பது ஆண்களைப் பொறுத்தவரையில் பெண்கள் யாரோடு வேண்டு மானாலும் எந்தவிதமான மனத்தடையுமில்லாமல் உடல் உறவு கொள்வதுதான் போலிருக்கிறது.

அருணோடு இருந்த நாள்களை அவள் நினைத்துப் பார்த்தாள். அவனுக்கு அவளிடம் தீவிர ஆசை இருந்தது உண்மைதான்... இதைத் தெரிவிக்க அவன் அறிந்திருந்த ஒரே பாஷை செக்ஸ்தான். விருந்து முடிந்து இரவில் எந்த நேரத்துக்குப் படுக்கப் போனாலும் மை காட்! அவள் ஆட்சேபணையைப் பற்றி அவனுக்குக் கவலையே இல்லை.

செக்ஸ் என்றாலே ஒரு வெறுப்பு, அவளறியாமலே ஏற்படு வதற்கு இதுவும் ஒரு காரணமாக இருக்கலாம். பசிக்காத குழந்தைக்குச் சிறு வயதில் கட்டாயமாக உணவைத் திணித்துப் பிற்காலத்தில் அவை வளர்ந்த பிறகு உணவு என்றாலே ஒரு வெறுப்பு ஏற்படுவதுபோல.

விம்மி படுக்கையை விட்டு எழுந்தாள். பல்லை விளக்கி விட்டுச் சமையலறைக்குள் நுழைந்தாள். தாமோதரன் இன்னும்

எழுந்திருக்கவில்லை என்று தெரிந்தது. அவன் முன்னால் எழுந் திருந்தால் தேநீர் போட்டு விடுவது வழக்கம். ஃபிரிட்ஜில் பால் குறையாமல் நேற்றிரவு வைத்தளவே இருந்தது.

தாமோதரன் சாதாரணமாகச் சீக்கிரம் எழுந்துவிடுவான். நேற்றிரவு நிறையக் குடித்துவிட்டதன் காரணமாக எழுந்திருக்க வில்லையோ?

அடுப்பில் தேநீருக்குத் தண்ணீரும் பாலும் வைத்துவிட்டு தாமோதரன் படுத்திருந்த அறைக்குச் சென்றாள்.

அவள் திடுக்கிட்டுப் போனாள்; அவன் படுத்திருந்த நிலை அவளுக்கு அதிர்ச்சியைத் தந்தது.

படுக்கையில் தாமோதரனின் தலை ஒரு புறமாகச் சாய்ந்திருந் தது. வாந்தி எடுத்திருந்ததன் காரணமாக அறை முழுவதும் துர் நாற்றம்.

விம்மிக்கு வயிற்றைக் குமட்டியது.

'தாமோ...'

அவன் எழுந்திருக்கவில்லை.

குரலெழுப்பி மறுபடியும் கூப்பிட்டாள்.

சிறிதுகூடச் சலனமில்லை.

ஒருவேளை! இதை நினைக்கும்போது அவள் இதயத் துடிப்பு அவளுக்கே கேட்டது.

அவளுக்கு வியர்த்தது.

அருகில் சென்று அவனைத் தொட்டுப் பார்க்கப் பயமாக இருந்தது.

அவள் அறையை விட்டு வெளியே வந்தாள். இப்பொழுது என்ன செய்வது?

அவள் சுவரருகே நின்று வீதியை நோக்கினாள். இன்னொரு நாள் தொடங்கிவிட்டது என்பதற்கு அறிகுறியாகக் கார்களும் பஸ் களும் விரைந்து கொண்டிருந்தன. நகரம் சுறுசுறுப்பாகி விட்டது.

நேற்றிரவு நிசப்தத்தில் ஆழ்ந்திருந்த வீதி, இப்பொழுது உயிர் பெற்று எழுந்துவிட்டது.

தாமோதரன் மயக்கத்தில்தான் இருக்கின்றானா? அப்படித்தான் இருக்கவேண்டும்... அப்படித்தானிருக்க வேண்டும்... அப்படியில்லாமல், வேறுவிதமாக இருந்தால், அவளால்தான் என்ன செய்ய முடியும்?

அவனுக்கு ஏதாவது ஆகியிருந்தால், இதற்கு அவளா காரணம்? 'நீ என்கூட இருக்கிறதினாலே என் வாழ்க்கைக்கு ஓர் அர்த்தம் ஏற்பட்டிருக்குன்னு நினைச்சுண்டு வேற ஒண்ணும் வேணாம். நீ கூட இருக்கிறதே போறும்னு நான் சந்தோஷமா இருக்கிறதா பாவனை பண்ணிண்டிருக்கேனே, இதுக்கும் அர்த்தம் இல்லியா?' நேற்றிரவு அந்த 'பாவனை'யும் அர்த்தமில்லாமல் போனதற்கு அவள்தானே காரணம்! அவன் அதற்குப் பிறகுதான் உள்ளே சென்று குடிக்க ஆரம்பித்தான். ஆதார உணர்வுகளைப் பொறுத்தவரையில் அவனும் ஒரு சாதாரண மனிதன்தான் என்று அவள் சுட்டிக்காட்டியதுதான் அவனுடைய எல்லையற்ற சினத்தைத் தூண்டிவிட்டது. ஒரு பாட்டில் விஸ்கி முழுவதையும் குடித்துத் தீர்த்திருக்கிறான்.

இது அவன்மீதே அவனுக்கு ஏற்பட்ட கோபம் இதுவரை அடக்கிவைத்திருந்த சீற்றமெல்லாம் நெருப்பாகப் புறப்பட்டு... வெந்து தணிந்திருக்கிறது.

> 'வெந்து தணிந்தது காடு - தழல்
> வீரத்தில் குஞ்சென்றும் மூப்பென்றும் உண்டோ'

'மிஸஸ் அருண்... இந்தப் படத்தைப் போட்டு முடிச்சப்புறம்தான் நீங்க வெளியிலே கிளம்பியிருக்கணும் இன்னிக்கி...' இமோஷனல் ரெகலக்டட் இன்ட்ரான்குவிலிட்டிங்கிறதெல்லாம் ரெண்டாந்தர கவிஞர்களுக்குத்தான்... மறுபடியும் இதே இன்டென்ஸிட்டியோட உங்களாலே இந்தப் படத்தைப் போட்டு முடிக்க முடியுமாங்கறது சந்தேகம்தான்.'

'ஒரே ஒரு ஆட்சேபணை.'

'என்ன?'

'மிஸஸ் அருண்னு சொல்ல வேணாம். விம்மின்னு சொன்னாப் போறும்.'

அப்பொழுது அவன் வாய்விட்டுச் சிரித்தது இப்பொழுது அவளுக்குக் கேட்டது.

அவள் உடம்பு சிலிர்த்தது. திரும்பிப் பார்த்தாள். ஒருவரு மில்லை.

நேற்றிரவு அவன் அங்கு நின்று கொண்டிருந்தான்.

'எதுக்காக இங்கு வந்து நின்னுண்டிருக்கீங்க?'

'சும்மாதான்... ஒரு ராத்திரியிலே ஊரெல்லாம் தூங்கிண்டிருக்கிற போது இப்படி நின்னுண்டு ஆகாயத்தைப் பார்க்கிறபோதுதான் என் தனிமையை என்னாலே இன்னும் நன்கு புரிஞ்சுக்க முடியறது...'

'தனிமையிலேந்து தப்பிக்கத்தான் நாம் என்னென்னமோ செய்யறோம். அப்படியிருக்கிறபோது தனிமைதான் எனக்குப் பிடிச்சிருக்குன்னா என்ன அர்த்தம்?'

'நான் அப்படிச் சொல்லலே. எனக்குப் பிடிச்சிருக்கா இல்லையாங்கிற பிரச்னையே இல்லை... தனிமையை என்னாலே தவிர்க்க முடியாதுங்கறதை நான் புரிஞ்சுக்கணும்.'

அவன் புரிந்து கொண்டுவிட்டானா?

புரிந்து கொள்வதென்றால் ஒருவன் வரலாறு ஆவதுதானா?

'தாமோதரன் ஒரு தனி மனிதனல்ல, ஓர் இயக்கம். ஒரு புதிய சமுதாயத்தின் சிற்பி. மனத்தடைகளற்ற ஒரு கலைக் குடும்பத்தை நிர்வகிக்கும் ஒரு மேதை...'

உயிரோடு இருக்கும்போதே அவனை வரலாறாக ஆக்குவதற்காக அவனைப் பற்றி எழுதப்பட்ட இவ்வரிகளுக்கு அவனைப் பொறுத்தவரையில் இப்பொழுது என்ன அர்த்தம் இருக்கிறது?

'தி சீக்ரெட் ஆஃப் ஆர்ட் ஈஸ் செல்ப் ஆப்லிவியன்...' ஒவ்வொரு படமும் என்னுடைய புதுப்பிறவி. இது வெறும் கிளிஷேஸ்லே அடங்கிற விஷயமில்லே. கலைதான் உண்மை. படைக்கிறவன் வரலாற்றுக்கு உபயோகப்படப் போற வெறும் கருவிதான்...'

'குள்ளமா, கோணல் மாணலா முதுகில் ஒரு பெரிய மூட்டையைச் சுமந்துண்டிருக்கிற தாமோதரனாலே வண்ணம் வண்ணமா

பார்க்கிறவங்க பிரமிக்கும்படியா தன்னை வெளிப்படுத்திக் கொள்ளவும் முடியும். இதான் முக்கியமான விஷயம்... தாமோ தரன் ஒரு இன்யூஷன் அவன் கலை, 'தி ரியாலிட்டி ஹ... ஹ... ஹ... ஹா.'

அவன் சிரிக்கும்போது அப்படித்தான் வாய்விட்டுச் சிரிப்பது வழக்கம்.

அந்தச் சிரிப்பு இப்பொழுதும் கேட்கிறது.

உள்ளே சிரித்துக் கொண்டிருக்கிறானோ?

அந்த அறைக்குள் மீண்டும் செல்ல அவளுக்குப் பயமாக இருந்தது.

அவன் சிரிப்பு ஒரு பாவனை...

இப்பொழுது அவ்வறையில் அவன் இந்நிலையில் இருப்பதும் ஒரு பாவனையோ!

மரணம் பிரத்யட்சம்... வாழ்க்கை ஒரு பாவனை.

அர்த்தமில்லாத வாழ்க்கையில் ஏதோ ஒரு புனிதத்தைக் காப் பாற்றுவதுபோல், அவள் பிடிவாதமாக இருந்ததன் விளைவு - அதோ அந்த அறையில் அவன் அந்நிலையில் இருக்கின்றான்.

'அந்த நாள் குயவன் கை ஆட்டத்தாலே நேர்ந்த பிழை - அது நான் தான் - நான் பொறந்ததே இப்படி... இப்படிப் பொறந்ததுக்கு ஒண்ணு நான் தற்கொலை பண்ணிண்டிருக்கணும். இல்லாட்டா, 'ரிச்சர்ட் தி தேர்ட்' மாதிரி கொலைக்கு மேலே கொலையா செஞ்சிருக்கணும்...

என் வாழ்க்கை போரடிக்க வேற காரணம் எதுக்கு, என் உருவமே போறாதா? வாட் யு திங்க், மிஸஸ் அருண்?'

'ஆரம்பத்திலிருந்தே நீ மத்தவங்க மாதிரியில்லே, நீ பாக்கற கண்ணு வேறன்னு நினைச்சேன். ஆனா என் உருவத்தை ரொம்ப நெருங்கிப் பார்க்கிறபோது, உன்னுடைய அருவருப்பை உன்னாலே தவிர்க்க முடியலே...'

தனக்கு அருவருப்பில்லை என்பதை இனி எப்படி அவனுக்கு விளங்க வைக்க முடியும்?

அவள் ஒருவாறு தன்னைத் தைரியப்படுத்திக்கொண்டு அறையை நோக்கிச் சென்றாள்.

தாமோதரன் கிடந்த நிலையில மாறுதல் இல்லை.

'தாமோ...', 'தாமோ...', 'தாமோ...' மூன்றாந்தடவையாகக் கூப்பிட்டபோது அவள் குரல் அழுகையாக ஒலித்தது.

இப்பொழுது என்ன செய்வது? ஏதாவது செய்தாக வேண்டும்.

மூன்று வீடு தள்ளி டாக்டர் ஒருவர் இருக்கிறார் என்பது அவள் ஞாபகத்துக்கு வந்தது.

கீழே இறங்கிச் சென்றாள்.

நல்லவேளை, டாக்டர் வீட்டில் இருந்தார்.

'தயவு செய்து உடனே வர முடியுமா? என் சிநேகிதர், அவருக்கு என்ன ஆகிவிட்டதென்று தெரியவில்லை.'

'மிஸ்டர் தாமோதரன்?'

'ஆமாம்.'

அவர் கைப்பெட்டியை எடுத்துக்கொண்டு அவளுடன் புறப்பட்டார்.

கதவில் தொங்கிய அந்த அறிவிப்பைப் படித்துவிட்டு அவர் புன்னகை செய்தார்.

'உங்களுடைய பலம் எனக்குத் தெரியும்... ஆனால் என்னை மெதுவாகத் தட்டுங்கள்...'

'என்ன மென்மையான உள்ளம் இவருக்கு! எல்லாக் கலைஞர் களும் இப்படித்தான் என்று நினைக்கிறேன்...' என்று சொல்லிக் கொண்டே உள்ளே நுழைந்தார் டாக்டர்.

தாமோதரன் படுத்திருந்த நிலையைப் பார்த்தவுடன் அதிர்ச்சி யடைந்த நிலையில் நின்றார். டாக்டர் அவளைப் பார்த்தார்.

பிறகு அருகில் சென்று பரிசோதித்தார். எழுந்தார்.

'ஐ ஆம் ஸாரி... பட் அவர் இப்படிக் குடிக்கும்போது நீங்கள் தடுக்கவில்லையா?'

'இஸ் ஹி டெட்?'

'தென் வாட்? மாஸிவ் ஹார்ட் அட்டாக்' டாக்டரின் குரலில் எரிச்சல் வெளிப்படையாகத் தெரிந்தது.

விம்மி ஒன்றும் பேசாமல் சிறிது நேரம் நின்று கொணடிருந்தாள்.

'அவருடைய குடும்பத்தினர் யாரும் இங்கில்லையா?'

'இல்லை.'

'அவர் இப்படிக் குடித்தபோது நீங்கள் ஏன் தடுக்கவில்லை?'

'நான் தூங்கிப் போய்விட்டேன். நான் தடுத்தும் அவர் கேட்கவில்லை... இப்படி ஆகுமென்று நான் எதிர்பார்க்கவில்லை...'

அவள் எவ்வளவுதான் அடக்க முயன்றாலும் முடியாத நிலையில் அழுகை வந்துவிட்டது.

டாக்டர் அவள் தோளைத் தொட்டார். 'மேலே ஆக வேண்டியதைச் செய்யுங்கள்... போலீஸுக்குச் சொல்லி விடுவது நல்லது...'

'போலீஸுக்கா?'

'இயற்கையான மரணம் என்று அவர்கள் பதிவு செய்துகொண்டு விட்டால் நல்லது. பின்னால் ஏதாவது பிரச்னை எழுந்தால்?'

அவளால் இந்நிலையைச் சமாளிக்க முடியாது. போலீஸ் வந்தால் ஆயிரம் கேள்வி கேட்பார்கள்.

'ஓர் உதவி செய்வீர்களா?'

'எஸ்...'

'மிஸ்டர் அருண் என்பவரின் டெலிஃபோன் நம்பர் தருகிறேன். அவரை உடனே இங்கு வரும்படி ஃபோன் செய்கிறீர்களா?'

'அவர் உங்களுக்கு வேண்டியவரா?'

'அவர் என் கணவர்.'

டாக்டருக்கு மற்றோர் அதிர்ச்சி. பிறகு சமாளித்துக் கொண்டு, 'சரி' என்று கூறிவிட்டு அறையைவிட்டு வெளியே சென்றார்.

விம்மி டெர்ரேஸில் வந்து நின்றாள்.

இது தற்கொலை என்று போலீஸ் நிரூபிக்க முயன்றால்? அது தவறா? 'இப்படிப் பொறந்ததுக்கு ஒண்ணு நான் தற்கொலை பண்ணிண்டிருக்கணும்...' பாட்டில் முழுவதையும் நீட்டாகவே குடித்துத் தீர்த்திருக்கிறான்.

இரவு அவன் எவ்வளவு கஷ்டப்பட்டிருக்க வேண்டும். அவள் எப்படித் தூங்கினாள்? அவளை எழுப்ப அவன் ஏன் முயற்சி செய்யவில்லை?

தாமோதரன் இப்படிச் செய்திருப்பான் என்று அவனைத் தெரிந்த யாரும் நம்பமாட்டார்கள்... எதையும் சந்திக்க ஒரு துணிவு வேண்டும் என்று எத்தனை தடவை அவன் உபதேசம் செய்திருக் கிறான்! ரீனாவும் கவிதாவும் அவர்கள் மிகவும் உற்சாகத்தோடு மேடையேற்றிய நாடகமொன்று தோல்வியடைந்தபோது, விமரிசகர்களின் கடுமையான கண்டனத்துக்கு உள்ளான சமயம் ஓர் ஏமாற்ற உணர்வில் எது வேண்டுமானாலும் செய்துவிடக் கூடுமென்று அஞ்சி, தாமோதரன் அவர்களிடம் சொன்னது, அவள் நினைவுக்கு வந்தது, 'ஏற்படுகின்ற ஏமாற்றத்தினால் மனம் ஓடிந்து செயலழிவது ஏமாற்றத்துக்கு வெற்றி, மரணம் என்ற சத்தியத்தை நாம் சந்தித்தாக வேண்டுமென்ற நிர்ப்பந்தத் தின் காரணமாகத்தான் காலதேவனை நாம் உதாசீனம் செய் கிறோம். கவிஞர்கள், 'காலா என் காலருகே வா', 'நமனை அஞ்சோம்' என்றெல்லாம் பாடுவதற்குக் காரணமென்ன? எப்படியும் சாவது நிச்சயம். இதற்காகத் தினம் செத்துக் கொண்டிருக்க வேண்டுமா? என் பிறவியே ஏமாற்றம்... அதற்காக நான் தற்கொலை செய்து கொண்டு விட்டேனா?'

அவர்கள் இப்பொழுது இதை எப்படி நம்பப் போகிறார்கள்? நேற்று நடந்ததை அவர்களிடம் சொன்னால், அவர்கள் தாமோதரனைப் பற்றிக் கொண்டிருக்கும் அபிப்பிராயத்தை மறு பரிசீலனை செய்ய வேண்டிய கட்டாயம் ஏற்படும். வேண்டாம். அவனைப் பற்றிய அவர்களுடைய நினைவு அப்படியேதான் இருக்கவேண்டும். ஆனால் இப்படி அவன் ஏன் குடித்திருக்க வேண்டுமென்பதைப்பற்றி அவர்கள் ஆச்சரியப்படாமலிருக்க மாட்டார்கள். இதைப்பற்றி அவளை அவர்கள் விசாரிக்கவும் கூடும். இதற்கு என்ன பதில் சொல்வது?

'என்ன விம்மி... வாட் ஈஸ் தி ப்ராப்ளம்?'

விம்மி திரும்பிப் பார்த்தாள். ராதிகா! அருண் எங்கே?

விம்மிக்கு என்ன சொல்வதென்று புரியவில்லை. அழுகை வந்து விட்டது.

ராதிகா அவளருகில் வந்து அவள் தோள்களைப் பற்றிக் கொண்டாள்.

'என்னம்மா சொல்லேன்... யாரோ டாக்டர் ஃபோன் செய்யறதாச் சொன்னார். அருண் ஆபீஸுக்குப் போயாச்சு... 'சம்திங் டெர்ரி பில் ஹாஸ் ஹாப்பென்ட்' அப்படின்னார்... எனக்கொன்றும் புரியலை... கம் ஆன், டெல் மி... அழாம சொல்லு... அருணுக்கு ஃபோன் பண்ணிட்டேன். அவனும் வருவான்...'

'தாமோதரன் ஈஸ் டெட்!'

'ஈஸ் இட்?'

'எஸ்...'

விம்மி சுவரருகே சென்று கைப்பிடிச் சுவரைப் பிடித்துக்கொண்டு நின்றாள்.

'ஆஸ்பத்திரியிலா?'

'நோ... அங்கே...' என்று அறைப்பக்கம் சுட்டிக் காட்டினாள்.

'என்ன உடம்பு?'

'போய்ப் பாரு...'

ராதிகா அறையை நோக்கிச் சென்றாள்.

'மை காட்!' ராதிகா அடைந்த அதிர்ச்சி அவள் குரலில் தெரிந்தது. ராதிகா சிறிது நேரம் அப்படியே நின்றவாறு அவ்வறையை உற்றுப் பார்த்தாள்.

பிறகு விம்மி அருகில் வந்து நின்றாள்.

'இதுக்காகத்தான் இந்த இடத்துக்கு நீ வந்தியா?'

விம்மியின் கண்களில் நீர் கட்டுக்கடங்காமல் பெருகியது.

'நேத்திக்கு அருண் சொன்னான்... 'நாம எல்லோருமே பொறி யிலே அகப்பட்டுக் கொண்ட எலிகள்'னு... ஹௌ ட்ரூ!

இதுக்கெல்லாம் என்ன அர்த்தம்? நம்ம படைச்ச ஒருத்தன் இருக்காங்கறது உண்மையானா, அவனோட குரூர ஹாஸ்ய உணர்ச்சி இப்படியா இருக்கணும்!'

விம்மி ஒன்றும் பேசாமல் அழுதுகொண்டேயிருந்தாள்.

'திஸ் பாஸ்டர்ட், எக்கச்சக்கமா குடிச்சு செத்துப் போனான்! வாட் எ நாஸ்டி வே ஆஃப் டையிங்?'

விம்மி கண்களை மூடிக்கொண்டாள். அவளுக்கு லேசாகத் தலையைச் சுற்றியது.

'ஆர்ட்டிஸ்ட்ங்கிறே, அழகாகச் செத்துப் போயிருக்கக்கூடாது?'

'வாட் வாஸ் ஹிஸ் ப்ராப்ளம்?'

விம்மி பதில் சொல்லவில்லை.

'கம் ஆன், டெல் மீ, விம்மி... உங்க ரெண்டு பேருக்குள்ளே எந்தவிதமான உறவு இருந்தது?'

'இல்லேங்கறதுதான் அவருடைய பிரச்னை' என்றாள் விம்மி கண்களைத் திறக்காமல்.

ராதிகா தன்னையே பார்த்துக்கொண்டு நிற்கிறாள் என்று விம்மிக்குப்பட்டது.

'ஐ ஸீ... ஹூ வுட் ஸ்லீப் வித் திஸ் கிரீச்சர்?' என்றாள் ராதிகா.

விம்மிக்குத் தலை மிக வேகமாகச் சுற்றியது.

'விம்மி, விம்மி...' என்று ராதிகா பல ஆயிரம் மைல்களுக்கு அப்பாலிருந்து கூப்பிடுவது போலிருந்தது.

இது எந்த இடம்?

பாலைவனமா? எங்கு பார்த்தாலும் மணல், மணல் - கூழாங்கற்களாக இருக்கக்கூடாது? யாரோ ஒருவன் கூழாங்கற்கள் பொறுக்குகிறேன் என்று அடக்கமாகச் சொன்னானாம். கூழாங் கற்கள் கடற்கரையில் அல்லவா இருக்கும்? இது கடற்கரை யில்லை... பாலைவனம். மணல்... மணல்... பொடிப் பொடி யாக, துகள் துகளாக... வெயிலில் ஒளித் துணுக்குகளாக மின்னு கின்றன.

யார் இவர்கள் முன் பின் தெரியாத முகங்கள். ஒரு முகத்துக்கும் இன்னொரு முகத்துக்கும் வித்தியாசமில்லை. கண்ணுக்குத் தெரியாத சாட்டைக்குப் பயப்படுகின்றவர்கள்போல் வேலை செய்கிறார்கள்...

என்ன செய்கிறார்கள்?

மைகாட்... நானும் அவர்கள் செய்யும் வேலையைத்தான் செய்து கொண்டிருக்கிறேன்... பார வண்டியில் மணலை மூட்டை மூட்டையாகக் கட்டி ஏற்றி, இறக்கி, மூட்டையை அவிழ்த்து, மணலைக் கீழே கொட்டி மறுபடியும் மூட்டையாகக் கட்டி, ஏற்றி, இறக்கி, கொட்டி மறுபடியும் கட்டி ஏற்றி ஏற்றி... ஏற்றி...

மேலும் ரசிக்க...

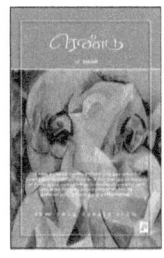

ரெண்டு
பா. ராகவன்
ISBN 978-81-8368-163-6
விலை ரூ.60

கரைந்த நிழல்கள்
அசோகமித்திரன்
ISBN 978-81-8368-082-0
விலை ரூ.60

தண்ணீர்
அசோகமித்திரன்
ISBN 978-81-8368-087-5
விலை ரூ.60

18வது அட்சக்கோடு
அசோகமித்திரன்
ISBN 978-81-8368-102-5
விலை ரூ.90

ஆதவன் சிறுகதைகள்

ISBN 978-81-8368-085-1

விலை ரூ.*350*

சுப்ரமண்யராஜு கதைகள்

ISBN 978-81-8368-134-6

விலை ரூ.*200*

இரா. முருகன் கதைகள்

ISBN 978-81-8368-253-4

விலை ரூ.*350*

கால் முளைத்த மனம்

எஸ். வைதீஸ்வரன்

ISBN 978-81-8368-153-7

விலை ரூ.*60*